രാച്ചുക്ക്

Rachukku
Stories

C Anoop

CHINTHA PUBLISHERS
Thiruvananthapuram

First Edition
January 2022

Second Impression
September 2022

Published
Chintha Publishers, Thiruvananthapuram

Printed at
Repro India Ltd, Mumbai.

Cover Design
Narayana Bhattathiri

Illustration
K P Muralidaran

ISBN : 978-93-93468-39-0

CO - 3069 / 6204

Email: chinthapublishers@gmail.com
Website: www.chinthapublishers.com

A version is available at National Libraries
Kolkata, Mumbai, Chennai and Delhi

Distribution
DESHABHIMANI BOOKHOUSE
H O Thiruvananthapuram 695035

Branch
Head Office Kunnukuzhi • Statue Thiruvananthapuram
KSRTC Bus Terminal Thampanoor • Saphalyam Complex Thiruvananthapuram
KSRTC Bus Station Alappuzha • KSRTC Bus Station Ernakulam
Machingal Lane Thrissur • IG Road Kozhikode
Mavoor Road Kozhikode • NGO Union Building Kannur
Central Bus Terminal Complex Thavakkara Kannur

രാച്ചുക്ക്

(കഥകൾ)

സി അനൂപ്

ചിന്ത പബ്ലിഷേഴ്സ്
തിരുവനന്തപുരം-695 035

സി അനൂപ്

കെ ചെല്ലപ്പൻ നായരുടെയും എൽ രത്നമ്മയുടെയും മകനായി ആലപ്പുഴ ജില്ലയിലെ ചുനക്കരയിൽ ജനിച്ചു. ചുനക്കര ഗവ. യു പി എസ്, കോട്ടയം മാർത്തോമാ സെമിനാരി ഹൈസ്കൂൾ, പന്തളം എൻ എസ് എസ് കോളേജ് എന്നിവിടങ്ങളിൽ വിദ്യാഭ്യാസം. കേരളസർവ്വകലാശാലയുടെ മലയാളവിഭാഗത്തിൽനിന്നും എം എ, എം ഫിലും ബിരുദം. ഭാരതീയ വിദ്യാഭവനിൽനിന്ന് ജേർണലിസം. 1992 ലെ കേരള സർവ്വകലാശാല യുവജനോത്സവത്തിൽ കഥാരചനയ്ക്ക് ഒന്നാം സ്ഥാനം. *ഇ എം എസ് അനുഭവം (യോജിച്ചും വിയോജിച്ചും), ലാൽസലാം, അരുന്ധതിയുടെ അത്ഭുതലോകം* എന്നീ പുസ്തകങ്ങളുടെ എഡിറ്റർ. *നരിമാൻ പോയിന്റ്, ദക്ഷിണാഫ്രിക്കൻ യാത്രാപുസ്തകം* എന്നീ യാത്രാ വിവരണങ്ങൾ. *പ്രണയത്തിന്റെ അപനിർമ്മാണം* ആദ്യ കഥാസമാഹാരം. തുടർന്ന് *നെപ്പോളിയന്റെ പൂച്ച, കടൽച്ചോരുക്ക്, ഇ എം എസും ദൈവവും, പരകായ പ്രവേശം, മൂന്നുകാലങ്ങൾ* എന്നീ കഥാസമാഹാരങ്ങൾ പ്രസിദ്ധീകരിച്ചു. വിശുദ്ധ യുദ്ധം എന്ന ആദ്യ നോവലിന് അറ്റ്ലസ് കൈരളി പുരസ്കാരം ലഭിച്ചു. അങ്കണം സാഹിത്യ അവാർഡ് *പ്രണയത്തിന്റെ അപനിർമ്മാണ*ത്തിന്. *മൂന്നുകാലങ്ങൾക്ക്* സിദ്ധാർത്ഥ സാഹിത്യ പുരസ്കാരം, ടി വി കൊച്ചുബാവ സ്മാരക പുരസ്കാരം എന്നിവ ലഭിച്ചു. ഏറ്റവും നല്ല ടെലിവിഷൻ പരിപാടിക്കുള്ള ശങ്കരനാരായണൻ തമ്പി പുരസ്കാരം 2018 ൽ. 2019 ഏറ്റവും നല്ല ടെലിവിഷൻ കമന്റേറ്റർക്കുള്ള പുരസ്കാരം.

ഭാര്യ : അശ്വതി
മകൾ : കല്യാണി
വിലാസം : ഫ്ളാറ്റ് 201
പ്രശാന്ത് നഗർ
ഫോർട്ട് പി ഒ
തിരുവനന്തപുരം – 23.
ഫോൺ : 9846171796
ഇമെയിൽ : canoopmalayalam@gmail.com

ഉള്ളടക്കം

കഥകളുടെ ഉള്ളുര വരച്ച
ചിത്രകാരനായ
കെ പി മുരളീധരന് നന്ദി

പ്രസാധകക്കുറിപ്പ്

കാലദേശ ഭാവനകളെ സംബന്ധിച്ചുള്ള കീഴ്‌വഴക്കങ്ങളെ അട്ടിമറിച്ചുകൊണ്ടാണ് സമകാലിക മലയാള ചെറുകഥ അതിന്റെ നവ ഭാവുകത്വ പരിസരങ്ങളെ അടയാളപ്പെടുത്തുന്നത്. വേറിട്ട ആഖ്യാനശൈലിക്കുടമയായ സി അനൂപിന്റെ *രാച്ചുക്ക്* നമുക്കേറെ ചിരപരിചിതമായ വിഷയങ്ങളെ വ്യത്യസ്ത തലങ്ങളിൽ വിശകലനം ചെയ്തുകൊണ്ട് ഇത്തരമൊരു പന്ഥാവിനോട് ചേർന്നു സഞ്ചരിക്കുന്നു. മനുഷ്യരുടെ ദൗർബല്യങ്ങളും നിസ്സഹായതകളും വേവലാതികളും ആസക്തികളും അവയുടെ തീക്ഷ്ണതകൾ ചോർന്നുപോകാതെ ഭാവസുന്ദരമായി ആവിഷ്കരിക്കുന്ന അനൂപിന്റെ കഥകൾ മികച്ച വായനാനുഭവം നല്കുന്നവയാണ്.

ചിന്ത പബ്ലിഷേഴ്സ്

രാച്ചുക്ക്

ക്ലാഞ്ഞിലും അരംപുല്ലും കൊണ്ടാണ് കൂടിനുള്ളിൽ കൂടു തീർത്ത് ഞങ്ങൾ, രാച്ചുക്കുകൾ പകൽ പിന്നിടുന്നത്. മറ്റ് പക്ഷികൾ പകൽനേരങ്ങളിൽ വാനവീഥിയിലൂടെ ദൂരത്തെ നടുവെ മുറിച്ചുപായുന്നതും അന്നം തേടിയലയുന്നതുമൊക്കെ നോക്കിയിരിക്കുന്നത് രസമാണ്. എത്രയെത്ര ചോരിവായകൾ തുറന്നിരിക്കുന്നുണ്ടാകും കൊത്തിയെടുത്തു പറക്കുന്ന തീറ്റയ്ക്കു വേണ്ടി!

അവരും ഞങ്ങളും ദിവസത്തെ പപ്പാതിപകുത്ത് ജീവിത രസായനം തീർക്കുന്നു.

വെളിച്ചം കണ്ടപ്പോൾ ഭയംതോന്നി. രാത്രി തുടങ്ങി അധികമാകും മുമ്പാണ് ഈ കാട്ടുപൊന്തയ്ക്കു നടുവിൽ ആകാശം മുട്ടുമാറ് പന്തലിച്ചു നില്ക്കുന്ന ഈ മരക്കൊമ്പിലേക്ക് വന്നിരുന്നത്. ഇവിടെ ഇരുന്നാൽ താഴെ തണുത്തു വിറയ്ക്കുന്ന ഒരു ഗ്രാമവും മനുഷ്യരെയും കാണാം. പകൽ പുലരുംമുമ്പ് മഴക്കെടുതി തുടങ്ങുകയും കാറ്റും കൊള്ളിയാനും വമ്പാർന്നു വരുകയും ചെയ്തപ്പോഴാണ് ഇന്നലെ നഗരത്തിന്റെ ഒത്ത നടുവിൽ ചുറ്റുമതിൽ കെട്ടി സംരക്ഷിക്കുന്ന ഒരൊറ്റമരം കണ്ടത്. അപായങ്ങളിൽ പെടുമെന്നു ഭയന്ന് ആ മരപ്പൊത്തിൽ കയറി. ഒരു വത്മിൽ അഭയം തേടി. എങ്കിലും ഭയം ഇടയ്ക്കിടെ തോണ്ടി വിളിക്കുന്നുണ്ടായിരുന്നു. പൊനത്തിനുള്ളിൽനിന്നും പാമ്പുകൾ ഇറങ്ങി വരുമോ എന്ന ഭീതി നടുക്കമുണ്ടാക്കാൻ തുടങ്ങി. കുറച്ചു നനഞ്ഞാലും വേണ്ടില്ലെന്നു നിശ്ചയിച്ചു. അങ്ങനെയാണ് ഇവിടെ വന്നിരുന്നത്. ഇഴജന്തുക്കളെയാണ് മനുഷ്യരെപ്പോലെ പേടിക്കേണ്ടത്. അവരുടെ മാളങ്ങൾ സ്വന്തമാക്കാൻ വന്നെന്ന വൈരത്തോടെയാവും കൊത്തുക.

ആശ്രയം നല്കിയ ആ മരം വിശപ്പാറ്റാനുള്ളതും ശാഖകളിൽ

KP

കരുതിയിരുന്നു. ചുണ്ടെത്തും ദൂരത്ത് ഇറുന്നു വീഴാൻ പാകമായ ചുവന്ന പഴങ്ങൾ. ഞെട്ടിൽ നിർത്തി കൊത്തിതിന്നാൻ പാകത്തിൽ. മതിയാവോളം ആ പഴങ്ങൾ തിന്ന് വിശപ്പടക്കി. ഇലത്തുമ്പിലൂടെ ഇറ്റുവീണ വെള്ളം കുടിച്ചു.

ഹൊ! നഗരം എഴുതുന്ന ശിരോരേഖകൾ കണ്ട് കണ്ണുമഞ്ചിപ്പോയി.

ഉദയത്തിനുമുമ്പ് പൊത്തിലെത്താനായി ചിറകുകൾ ആഞ്ഞുവീശി. വായുവിന് പതിവിലേറെ കനം കൂടിനില്ക്കുകയാണ്. അകലെ ആകാശ ച്ചെരിവിൽനിന്നും മൂന്ന് പരുന്തുകൾ പറന്നുവരുന്നതു കാണാം. അവയിൽ ഒന്ന് താഴ്ന്നും രണ്ടെണ്ണം അതിനു മേലെയുമാണ് പറക്കുന്നത്. ഇരയെ കണ്ടാൽ മൂന്നും ഒന്നിച്ച് ഇവിടേക്ക് വന്നേക്കാം. പകൽവെട്ടത്തിന്റെ വെള്ളെഴുത്തിൽ പെട്ട് ദിക്ക് മായുമോ എന്ന ഭയത്തോടാണ് എന്റെ പാച്ചിൽ പറക്കൽ.

ഇണയുടെ മണമില്ലാത്ത ചേക്കിലെത്തിയാൽ തുടർന്നുവരുന്ന സമയത്തിന്റെ ആധിയും കാഠിന്യവും ചെറുതല്ല. ആഗ്രഹിച്ചാൽ പോലും സൂര്യ പ്രഭയിലേക്ക് സഞ്ചരിക്കാൻ മനസ്സും ചിറകും അനുവദിക്കില്ല.

ഇരുട്ടും നിലാവുമാണ് ഞങ്ങൾക്ക് പ്രിയപ്പെട്ടത്.

ഗ്രാമവൃക്ഷച്ചുവട്ടിൽ ഈ കാണുന്ന ജീവിതം നയിച്ചു കൊണ്ടിരിക്കുന്ന മനുഷ്യരായിരുന്നു പണ്ട് നഗരത്തിന്റെ ഉടമകൾ. ഓരോ ഋതുവിലും നടക്കുന്ന ഉത്സവങ്ങളിലും കാലവർഷത്തിലും കന്നി വരൾച്ചയിലും ഗ്രാമത്തിലേക്ക് വന്നവരെ മടക്കയാത്രയിൽ നഗര ചത്വരത്തിൽ തടഞ്ഞുനിർത്തി. ഗ്രാമത്തിൽ പകർച്ചവ്യാധി പടരാൻ തുടങ്ങിയതിനാൽ അവിടെനിന്നും ആരും കടന്നുവന്ന് നഗരപടം മായ്ക്കാൻ അനുവദിക്കില്ലെന്ന തീട്ടൂരം നഗരാധിപന്റേതായി പുറത്തുവന്നു.

ഒരു പകൽ നഗരവൃക്ഷത്തിലും അടുത്ത പകൽ ഗ്രാമവൃക്ഷത്തിലുമെത്തുന്നതാണ് എന്റെ ദിനസരി. രാത്രിയിൽ ഇരതേടാനിറങ്ങും. വിശപ്പണയാൻ എന്തെങ്കിലും കൊക്കിലുടക്കും. ഒറ്റയ്ക്കായതിനാൽ ഒന്നും നാളേക്ക് കരുതിവെക്കുന്ന ശീലമില്ല. വിതയ്ക്കാത്തതിനാൽ വിളവെടുക്കാനും കളപ്പുര നിറയ്ക്കാനും തോന്നാറുമില്ല.

ഇന്നലത്തെ തണുപ്പുപോലൊരു തണുപ്പ് ഇത്രനാളും അനുഭവിച്ചതായി ഓർമ്മയില്ല. ഇടയ്ക്ക് മഞ്ഞുപെയ്തു. അപ്പോഴൊക്കെ ഗ്രാമത്തിലെ മരക്കൊമ്പിൽ വിശ്രമിക്കുകയായിരുന്നു ഞാൻ. ഗ്രാമീണർ കവിണ തൊടുക്കില്ലെന്ന് കരുതാനാവില്ല. അണയാത്ത കനലടുപ്പിൽ വെന്തുമൊരിയുന്ന ഇറച്ചി ഏതു പക്ഷിയുടേതാണെങ്കിലും കറുമുറ തിന്നുന്നവർ ഗ്രാമത്തിലുമുണ്ട്. അങ്ങനെയുള്ളവരുടെ കണ്ണിൽ പെടാത്തത്ര ഉയരത്തിലാണ് ചിറകൊതുക്കി ഞാൻ ഇരുന്നത്. ആരുടെയും കാഴ്ചയിൽ ചെല്ലാതിരിക്കുന്നതിന്റെ സുഖം ഒന്നു വേറെതന്നെയാണ്. പ്രത്യേകിച്ച് മനുഷ്യരുടെ. അതിനാവാം രാത്രി സഞ്ചാരികളായ കിളികളായി രാച്ചുക്കുകൾ മാറിയത്.

ഗ്രാമീണർ പല വഴികളിലൂടെ തൊട്ടുതാഴെയുള്ള മൈതാനത്തേക്ക്

വന്നുതുടങ്ങിയത് വെയിലുറച്ചു തുടങ്ങിയപ്പോഴാണ്. അവർ രോഷാകുലരും അസ്വസ്ഥരുമായിരുന്നു. തലമുതിർന്നവർ നല്കുന്ന നിർദ്ദേശങ്ങൾക്കൊപ്പം ആരവം മുഴക്കി നില്ക്കുന്ന ചെറുപ്പക്കാർ. അവർക്കിടയിൽ പലതരം താളമേളങ്ങൾ കൊഴുത്തുകൊണ്ടിരുന്നു. കലപ്പയും മഴുവും മമ്മട്ടിയും കുന്താലിയുമൊക്കെ ചുമലിൽവെച്ച് ക്ഷീണം മറന്ന് മുന്നോട്ടു നടക്കുന്ന വൃദ്ധർ.. കിതച്ചുപോകുന്ന അവരിൽനിന്നും പണിയായുധങ്ങൾ വാങ്ങുന്ന സ്ത്രീകൾ.

ഒക്കത്തിരുന്ന് കരയുന്ന കുഞ്ഞുങ്ങൾക്ക് ബലൂണും പൊരിയും മിഠായിയും വാങ്ങിനല്കുന്ന അമ്മമാർ. എട്ടു ദിക്കും പൊട്ടുമാറുയരുന്ന മുദ്രാവാക്യങ്ങൾ ഏറ്റുവിളിക്കുന്ന നാവുകൾ..

അവർ എന്തിനുള്ള പുറപ്പാടാണ്?

അണിയണിയായി വന്നു കൊണ്ടിരുന്ന ഗ്രാമീണരുടെ അടുത്ത നീക്കമെന്താണെന്ന് നോക്കിയിരുന്നു. നട്ടുച്ചയായിട്ടും ഏതെങ്കിലുമൊരു ദിശയിലേക്ക് അവർ പുറപ്പെട്ടില്ല. എവിടേക്കെങ്കിലും പുറപ്പെടുമെന്നതിന്റെ സൂചനയൊന്നും ലഭിച്ചതുമില്ല.

ഏതെങ്കിലുമൊരാളുടെ ആജ്ഞ ശിരസ്സാവഹിക്കുന്നവരായിരുന്നില്ല അവർ. താല്ക്കാലികമായി രൂപപ്പെട്ട മൺപാതയിലൂടെ വന്നുകൊണ്ടിരുന്ന ട്രാക്ടറുകൾ. അതിന്റെ സ്ഥലപരിമിതിയ്ക്കുള്ളിലേക്ക് എടുത്തു കയറ്റുന്നത് ഒട്ടും മുന്നോട്ടു പോകാനാവാതെ തളർന്നുവീണവരെയാണ്. ജീവിക്കുന്ന ജീവിതത്തിന്റെ കനൽകത്തൽ അവരുടെ കണ്ണുകളിലുണ്ടായിരുന്നു. മണ്ണിന്റെ ചൂരിലും ആകാശത്തിന്റെ വിസ്തൃത മേല്ക്കൂരയിലും വിശ്വസിച്ച് ഭൂമിക്ക് സമർപ്പിച്ച ജീവിതമായിരുന്നു അവരുടേത്.

ആൾക്കൂട്ടം കണ്ടാൽ പരുന്തുകൾ താഴ്ന്നുപറക്കും. അവിടെ ഇഷ്ടരുചികൾ ലഭിക്കുമെന്നാണവ കരുതുന്നത്. മിന്നായം പോലെ വെള്ളിമേഘങ്ങളിൽ നിന്നും താഴേക്കുവന്ന ഒറ്റപ്പരുന്തിന്റെ പള്ളയ്ക്കു തറച്ച മൂർച്ചയുള്ള കല്ല്. അത് ആരെവിടെനിന്നു പായിച്ചതാണെന്ന് ഒരെത്തുംപിടിയും കിട്ടിയില്ല.

ഗോതമ്പും ചണവും നെല്ലും എന്നുവേണ്ട മണ്ണിൽ വിളയിച്ച വിളകളൊക്കെ അവർ തലച്ചുമടായി കൊണ്ടുവരുന്നുണ്ട്.

പെട്ടെന്നൊരു അടുപ്പുകൂട്ടി കലം വെക്കുന്നവർ. കലങ്ങളിൽ തുളുമ്പിയ വെള്ളവുമായി വരുന്ന സ്ത്രീകൾ. അങ്ങനെ പെട്ടെന്നു കത്തിയ എണ്ണിയാലൊടുങ്ങാത്ത അടുപ്പുകൾ. ചുറ്റും വിശപ്പിനുള്ള വിഭവം തിളച്ചുമറിയുന്നതുകണ്ട് തിളങ്ങുന്ന കുട്ടിക്കണ്ണുകൾ. കുഞ്ഞു പാദങ്ങളിൽ ചൂടേറിയപ്പോൾ അമ്മമാർ അവരെ എളിയിലേക്ക് കയറ്റി. അവിടെയിരുന്ന് കുഞ്ഞുങ്ങൾ വെന്തുവരുന്ന ഭക്ഷണത്തിന്റെ രുചിയും മണവുമറിയുന്നു. പല സ്വാദുകൾ. പല പല ഗന്ധങ്ങൾ.

മണ്ണിന്റെ മണമുള്ളവരായിരുന്നു അവരെല്ലാമെന്ന് വേഷവും കരുതിയിരിക്കുന്ന ആയുധങ്ങളും കണ്ടാലറിയാം. കെളേലി മുതൽ മഴുവരെ കരുതിയാണ് വൃക്ഷത്തിനു ചുറ്റും കർഷകർ ഒത്തുകൂടിയിരിക്കുന്നത്.

അവർ പറയുന്നതിന്റെ മുക്കും മൂലയും കേട്ടതിൽ നിന്നും എന്തൊക്കെ പ്രതിബന്ധങ്ങളുണ്ടായാലും ലക്ഷ്യം സാധിക്കാതെ മടങ്ങിവരില്ലെന്നാണ് അവർ തീർച്ചപ്പെടുത്തിയിരിക്കുന്നതെന്നുറപ്പാണ്. ഏത് കനൽ പാളികളെയും കടന്നുപോകാനുള്ള ഉൾക്കരുത്തുണ്ട് ആ ചുവടുകൾക്ക്.

ഏതാണ്ട് ഉച്ച കഴിഞ്ഞതോടെ അവർ തണൽ തണുപ്പിലും താല്ക്കാലികമായി കെട്ടിയുയർത്തിയ ടെന്റിനു ചുവട്ടിലും വിശ്രമം തുടങ്ങി. കുട്ടികൾ മുലകുടിച്ചു. വെച്ചുണ്ടാക്കിയ ഭക്ഷണംകൊണ്ട് വിശപ്പടക്കിയ മുതിർന്നവരിൽ ചിലർ പാളവിശറികൊണ്ട് തീക്കനൽ വീശി ചൂടേറ്റു. മറ്റു ചിലർ അടക്കംപറഞ്ഞു നാലുപാടും നോക്കി.

എന്താണ് അവരുടെ അടുത്ത നീക്കമെന്ന് നോക്കിയിരിക്കുമ്പോഴാണ് അവിടമാകെ ഒരു സയറൻ മുഴങ്ങിയത്. വെയിൽ ചാഞ്ഞു തുടങ്ങിയിരുന്നു അപ്പോൾ. പെട്ടെന്ന് ചാഞ്ഞും ചരിഞ്ഞും കിടന്നവർ ചാടിയെഴുന്നേറ്റു.

തെക്കു കിഴക്കും വടക്കുപടിഞ്ഞാറും നിന്നുള്ള വഴിയിലൂടെ കാളവണ്ടികളുടെ നീണ്ടനിര ജനങ്ങൾക്കിടയിലേക്ക് വന്നു. നിർത്തിയിട്ടിരുന്ന കൃഷിവാഹനങ്ങളൊക്കെ ഇരച്ചു തുടങ്ങി. ആ ശബ്ദ കോലാഹലങ്ങൾക്കിടയിൽ മരക്കുതിരയുടെ മുകളിലേക്ക് ഒരു വൃദ്ധൻ കയറുന്നത് കണ്ടെങ്കിലും അടുത്തതായി എന്താണ് സംഭവിക്കാൻ പോകുന്നതെന്ന് മനസ്സിലായില്ല.

ആൾക്കൂട്ടത്തിൽ നിന്നും അയാൾ ഒരു മെഗഫോണുമായി മുകളിലേക്ക് കയറി. നിശ്ശബ്ദതയ്ക്കും അടക്കിപ്പിടിച്ച സംസാരത്തിനും മേലേ ആ വൃദ്ധന്റെ വാക്കുകൾ പായ് നിവർത്തി. ശ്രദ്ധയോടെ ജനങ്ങൾ അയാളുടെ വാക്കുകൾക്ക് കാതോർത്തു. ഇടയ്ക്ക് ചിലർ കരഘോഷം മുഴക്കി. ഹുറേ ഹുറേ എന്ന് ചിലർ. അഹരാ ദിൻ അഹരാ ദിൻ എന്ന് മറ്റു ചിലർ.

അങ്ങനെയിരുന്ന് ഞാനൊന്ന് മയങ്ങി.

പകൽനേരങ്ങളിൽ നേരിയ ഭയം ഉള്ളിൽക്കിടന്ന് അലമുറയിടുന്നുണ്ട്. ഭീതിയുടെ ഒരു പങ്കായം കഴുത്തിനു നേരേ പാളി വരുന്നതും, മൂർച്ചയുള്ള ഒരു കത്തി മിന്നായംപോലെ ചിറകു മുറിച്ചെടുക്കാൻ അടുക്കുന്നതും കണ്ട് പേടിപ്പെടാറുള്ളത് വെളിച്ചത്തിലാണ്. ഇരുട്ടാണ് എങ്ങനെ നോക്കിയാലും മനസ്സമാധാനം.

പകലിന്റെയും രാത്രിയുടെയും മദ്ധ്യേയുള്ള നൂൽപ്പാലത്തിലൂടെ ഞാൻ താഴേക്ക് ചിറകുവിരിച്ചു.

തിങ്ങിക്കൂടിയ ജനങ്ങളൊന്നാകെ ഒരേ ദിശയിലേക്ക് നടന്നകലുന്നതിന്റെ കാല്പാടുകൾ അവിടവിടെ അവശേഷിച്ചിരുന്നു. പല ഭാഷകൾ ഒന്നിച്ചുചേർന്ന് ഒരു ഭാഷയാകുന്നത് കേൾക്കുകയും ചെയ്യാം.

എന്താണ് അവരുടെ പ്രയാണ രഹസ്യമെന്ന് മനസ്സിലായില്ല. ചിലത് അങ്ങനെയാണ്. അറുതിയെക്കുറിച്ചുള്ള വേവലാതി അടുത്തിടെയാണ് മനസ്സിൽ വല്ലാതെ പെരുകാൻ തുടങ്ങിയത്.

അവർ വരാൻപോകുന്ന പ്രളയത്തെയോ പ്രകൃതിക്ഷോഭത്തെയോ കൊടും വരൾച്ചയെയോ ഭയന്നുള്ള പോക്കാകുമോ?

ഭൂമിയിലെ മനുഷ്യരെക്കാൾ എന്തുകൊണ്ടും ഭാഗ്യശാലികൾ ആകാശത്തെ പറവകളാണ്. മനുഷ്യർ മുണ്ടു മുറുക്കിയുടുത്ത് അരവയർ നിറച്ച് പത്തായം നിറയ്ക്കുന്നു. പറവകൾ അന്നന്നത്തെ അന്നം തേടുക മാത്രം ചെയ്യുന്നു. കൂട്ടിൽ വിശന്ന് വായ്തുറന്നിരിക്കുന്ന പിഞ്ചോമന കൾക്കുവേണ്ടി എന്തെങ്കിലും ചുണ്ടിൽ കരുതും. അതും ഒരു നേരത്തെ വിശപ്പിനുള്ളതു മാത്രം.

മനുഷ്യരുടെ പങ്കപ്പാടുകൾ നാൾക്കുനാൾ ഏറിവരുകയാണെന്നു തോന്നുന്നു. അവർ തുരന്ന പാറകളുടെ അവശിഷ്ടങ്ങൾ ചിതറി കൂർത്ത് അവർക്കുനേരേതന്നെ മൂർച്ചയും മുനയുമായെത്തുന്നു. വരണ്ട നദിയു ടെയും പുഴയുടെയും ഓരങ്ങളിൽനിന്നും അവർ ചുമന്നു മാറ്റിയ മൺ തടങ്ങളിലൂടെ സർപ്പ ഫണംപോലെ ഇരച്ചെത്തുന്ന ജലക്കൊമ്പുകൾ.... അതിൽ കോർത്തു പിടയുന്നവർ. ചത്തുമലയ്ക്കുന്നവർ. ഒഴുകിയൊലി ക്കുന്ന ഭവനങ്ങളും വളർത്തു മൃഗങ്ങളും. കാറ്റിലും കൊല്ല്യാനിലും കുരു ങ്ങിയൊടുങ്ങുന്നവർ.

മനുഷ്യർ ഓങ്ങിയ വാളിന്റെ മൂർച്ചയിൽ നിന്നും രക്ഷപ്പെടാനാ വാതെ ഉയരുന്ന വൃക്ഷ വിലാപങ്ങൾ. അവയൊന്നാകെ ശാപച്ചുമടായി ഇരട്ടിവേഗതയിൽ തിരിച്ചെത്തുന്നു.

ആകാശത്തിലെ പറവകളെ നോക്കൂ അവ വിതയ്ക്കുന്നില്ല കൊയ്യു ന്നുമില്ല.

ഒരു ഭയങ്കരൻ കാറ്റിൽനിന്ന് കാറ്റില്ലാത്ത ദേശത്തേക്കെത്താൻ ഞങ്ങൾക്ക് ആയാസകരമായി ചിറകടിക്കേണ്ടിവരുമെന്നു മാത്രം. കവിഞ്ഞ കടലിനും ജലാശയങ്ങൾക്കും മീതേ പറന്ന് കരയോ വൃക്ഷ ശിഖരമോ കാണുംവരെ പറപറക്കാനും ഞങ്ങൾക്ക് കഴിയും. ശത്രു ക്കളുടെ മണം നാഴിക ദൂരെ നിന്നുതന്നെ അറിയാനുമാകും. മനുഷ്യരുടെ തോക്കിൻകുഴലിൽ നിന്നും പുറപ്പെടുന്ന വെടിയുണ്ടയുടെ വരവുമാത്ര മാണ് പലപ്പോഴും മരണത്തിന്റെ ഹതാശമായ നിലവിളിയായി തേടി യെത്താറുള്ളത്. മരണത്തിന്റെ ചാരംകൊണ്ട് ഒരു പറവയും അനന്ത രഗാമികളുടെ ഓർമ്മയെ ശ്വാസം മുട്ടിക്കാറില്ല.

കൂടുകളിൽ ചുണ്ടോ ചിറകോ ഞങ്ങൾ സൂക്ഷിക്കാറില്ല.

ചിറകു താഴ്ന്ന് വായുവിനെ മുറിച്ചു വീഴുമെന്നു തോന്നിയാലുടൻ മിഴികൾ പൂട്ടി മരണത്തെ പുല്കാനാണ് ഞങ്ങൾ ശ്രമിക്കാറുള്ളത്. അതാണ് സുഖകരമായ വിടപറയൽ. മനുഷ്യരാകട്ടെ അവസാനശ്വാസം വരെ നിറയാത്ത വിളവുപുരയെ നോക്കി നെടുവീർപ്പിടും.

രാത്രിയുടെ വരവറിയിപ്പും കാലൊച്ചയും കേട്ടു തുടങ്ങിയതോടെ യാണ് ഞാൻ ചിറകുകുടഞ്ഞു. പുറത്തേക്ക് പറന്നത്.

ആകാശം ഇരുണ്ടു തുടങ്ങിയിരുന്നു. എത്ര ദൂരമുണ്ടെങ്കിലും നഗര മദ്ധ്യേയുള്ള വൃക്ഷത്തിലെത്തണം. അതിനിടയിൽ കാട്ടുഞാവൽ

KP

പഴങ്ങൾ കൊത്തിത്തിന്നണം. രാത്രി മുഴുവൻ അങ്ങനെ പറന്നും തിന്നും ഇളവേറ്റും മുന്നോട്ടു പോകണം.

മറ്റ് പറവകൾ അധികമൊന്നുമില്ലാത്തപ്പോൾ ആകാശസഞ്ചാരം രസമാണ്.

ഹൊ! തൊട്ടുതൊട്ടില്ല എന്ന മട്ടിൽ പറന്ന ഒരു വെള്ളിമൂങ്ങ.

കുറച്ചു ദൂരേക്ക് പറന്ന വെള്ളിമൂങ്ങ തൊട്ടരികിലെത്തി. പിന്നെ ഞങ്ങൾ ഒന്നിച്ചുപറക്കാൻ തുടങ്ങി. മൂങ്ങയും നഗര വൃക്ഷത്തിലേക്കായിരുന്നു. രാത്രിപോലെ നല്ലൊരു ജീവിതം പകലിൽ ലഭിക്കില്ലെന്നു പറഞ്ഞ മൂങ്ങ അധികം കഴിയുംമുമ്പ് ഇണയുടെ മണം തേടി പറന്നകന്നു.

ഒറ്റയ്ക്ക്, തീർത്തും ഒറ്റയ്ക്കാകുമ്പോഴാണ് നീലയുടെ ആഴം നന്നായി അനുഭവിക്കാനാവുക. പുലരുംമുമ്പ് നഗരവൃക്ഷത്തിലെത്തണം. അത്രനേരം താഴ്ന്നും ഉയർന്നും അങ്ങനെ പറക്കണം. ഒരുപക്ഷേ, ഇണയെ പ്രാപിക്കാനായാൽ അതിന്റെ ആഹ്ലാദത്തിൽ പറന്ന് വെള്ളിമൂങ്ങ അരികെ വന്നേക്കാം. യാതൊരു സങ്കോചവുമില്ലാതെ നടന്ന രതിക്രീഢകളെക്കുറിച്ച് അവൻ വാചാലനായെന്നുമിരിക്കാം. അങ്ങനെ സംഭവിച്ചാൽ വേദനിപ്പിച്ചൊരു കൊത്തു കൊടുക്കണം.

ഏറ്റവും പ്രിയപ്പെട്ടതെന്നു കരുതുന്നതെല്ലാം ആ ഉണർവ്വു മുഹൂർത്തത്തിൽ പ്രിയപ്പെട്ടവനു നല്കുന്ന ഇണ. അത് അങ്ങാടിപ്പാട്ടാക്കരുതെന്ന് ഈ വെള്ളിമൂങ്ങയ്ക്കറിയില്ല.

സ്വന്തം വിലയറിയാതെ പറന്ന് അവ മനുഷ്യരുടെ കൺവെട്ടത്തു ചെല്ലും. പാത്തും പതുങ്ങിയും വന്ന് മനുഷ്യർ വെള്ളിമൂങ്ങകളെ പിടിച്ച് കൂട്ടിലാക്കുന്നതും പതിവാണ്. ആൺ മൂങ്ങകൾ പരസ്യപ്പെടുത്തുന്ന രഹസ്യങ്ങൾക്കു ലഭിക്കുന്ന ശിക്ഷയാണ് ഇതെന്നു പെൺ മൂങ്ങകൾ വിശ്വസിക്കുന്നു.

നഗരഗന്ധം കാറ്റിൽ വന്നുതുടങ്ങി. അധികം കഴിഞ്ഞില്ല. കണ്ണിൽ പെട്ട ആ കാഴ്ച ചിറകു തളർത്തുന്നതായിരുന്നു. അതുവഴി കടന്നുപോയ ഒരു കരൻറു കമ്പിയിൽ ഷോക്കേറ്റു ചത്തു തൂങ്ങിക്കിടക്കുന്ന കുറെ കാക്കകൾ. ഇത്ര നാളിനിടയിൽ ഇങ്ങനെയൊരു കാഴ്ച ആദ്യമായാണ് കാണുന്നത്.

ഒരു കാക്കമാത്രം നിശ്ശബ്ദമായി ആ മരണനൂലിന് മേലേകൂടി താഴ്ന്ന് പറക്കുന്നുണ്ട്.

കരിഞ്ഞ മാംസഗന്ധത്തിൽ നിന്നും പുറത്തുകടക്കാനായി ഞാൻ ചിറകാഞ്ഞു വീശി. തണുപ്പ് കിടുകിടുപ്പിച്ചുതുടങ്ങിയ ദിവസങ്ങളിലൊന്നായിരുന്നു അതും!

പെട്ടെന്നാണ് ഇന്നലെക്കണ്ട ജനക്കൂട്ടം നഗരത്തിന്റെ അതിർത്തി ഭേദിച്ച് ക്ഷുഭിതരായി അകത്തേക്കു കടക്കുന്നതുകണ്ടത്. അവർ പണിയായുധങ്ങൾ കൊണ്ട് മുന്നിലും പിന്നിലുമുയർന്ന തടസ്സങ്ങൾ മറികടന്നു. ചൂണ്ടിയ തോക്കിൻകുഴലിനു നേരേ നെഞ്ചുവിരിച്ചാണ് അവർ മുന്നോട്ടു നീങ്ങിയത്.

ഗ്രാമീണർ കൂടുതൽ ആവേശഭരിതരും ഉന്മേഷമുള്ളവരുമായി മുന്നേറാൻ തുടങ്ങി. അവരെ തടയാൻ ആദ്യമൊന്നും ആരും മുന്നോട്ടു വന്നില്ല.

ഒരു മഴയുടെ ഇരമ്പം പെട്ടെന്നാണ് മുഴങ്ങാൻ തുടങ്ങിയത്. രാത്രി പകലിനോടു ചേരാൻ ചേല ചുറ്റിയ നേരമായിരുന്നു അത്. അകലെ സൂര്യൻ പതുക്കെ തലയുയർത്തി ഭൂമിയിലേക്ക് നോക്കാൻ തുടങ്ങിയിട്ടേയുള്ളു. പതുക്കെ നഗരവൃക്ഷത്തിലെ കൂട്ടിലേക്ക് പറന്നിറങ്ങുമ്പോഴാണ് ആ ശബ്ദം കേട്ടത്.

ഗ്രാമീണർക്ക് ചുറ്റും വലയംതീർത്ത നഗര സൂക്ഷിപ്പുകാർ തോക്കും മറ്റു മാരകായുധങ്ങളും ഉയർത്തിപ്പിടിച്ചു നിന്നു. പണിയായുധങ്ങൾ ഉയർത്തിക്കാട്ടി ഗ്രാമീണർ അവരുടെ വരവ് തങ്ങൾ ജീവിച്ചിരിക്കുന്നുണ്ടെന്നതിന്റെ സാക്ഷ്യപ്പെടുത്തൽ മാത്രമാണെന്ന് വിളിച്ചു പറഞ്ഞു; പല ഭാഷയിൽ!

നഗരാധിപന്മാർ പല പല പഴുതുകളിലൂടെ പുറത്തേക്കുനോക്കി. ഇളകിമറിയുന്ന ജനങ്ങളുടെ കണ്ണുകളിലെ തിളപ്പ് അവരെ അസ്വസ്ഥരാക്കി.

ഒരാളുടെ ചൂണ്ടുവിരലിൽ നോക്കി ജനങ്ങൾ മുന്നോട്ടു നീങ്ങാൻ തുടങ്ങിയാലുള്ള കെടുതിയെക്കുറിച്ച് അവരോർത്തു. തിങ്ങി വരുന്ന ജനങ്ങളുടെ കാൽപെരുമാറ്റത്തിൽ ഉടഞ്ഞു വീഴാവുന്നവയാണ് മുന്നിലുള്ളതെല്ലാം. അവരെ തടയാൻ ശ്രമിച്ചാൽ രോഷാകുലരായ ഗ്രാമീണർ ഇനിയും അതിർത്തികടന്ന് ഇവിടേക്ക് എത്താം. അവർ കല്ലും അമ്പും വില്ലും കവിണയും കഠാരയും കൊണ്ട് പ്രതിരോധങ്ങളെ ഉടച്ചുകളയും. കാലഹരണപ്പെട്ട വാക്കുകളെ അവർ മറക്കും. ഭാവിയുടെ മൺമണത്തിലേക്ക് അവർ പാഞ്ഞുപോകും.

അപ്പോൾ ഈ നഗരത്തിൽ എന്തൊക്കെ അവശേഷിക്കും, എന്തൊക്കെ അവശേഷിക്കില്ല എന്നൊന്നും പറയാനാവില്ല.

നഗരം കൂടുതൽ തണുത്തു വിറയ്ക്കാൻ തുടങ്ങി. കോച്ചിയ മനുഷ്യർ കമ്പിളി പുതച്ചും സ്വറ്ററിട്ടും മഫ്ളർ വെച്ചും കിടുകിടുപ്പിനെ പ്രതിരോധിക്കാൻ ശ്രമിച്ചു. എതിരെ തോക്കും ലാത്തിയുമേന്തി വന്ന സൈനികരെ നോക്കി ജനങ്ങൾ തണുപ്പൻ ചിരി ചിരിച്ചു. മുന്നിൽ നിന്നവർക്ക് ആ ചിരി പൊള്ളിച്ചയായി തോന്നി. അവരുടെ തൊലിപ്പുറങ്ങളിൽ ചിലയിടങ്ങൾ തിണർത്തു കുടിർന്നു.

ഒന്നല്ല പല രാപ്പകലുകൾ മരക്കൊമ്പിലെ ചില്ലക്കൂട്ടിൽത്തന്നെ ഇരിക്കേണ്ടി വന്നു. താല്ക്കാലികമായുണ്ടാക്കിയ കല്ലടുപ്പുകളിൽ നിന്നും പുകയുയർന്നപ്പോഴൊക്കെ പറന്ന് നഗരാതിർത്തി കടക്കണമെന്ന് തോന്നിയതാണ്. അത് തന്റേതു മാത്രമായൊരു രക്ഷപ്പെടലാവുമെന്നും കോടാനുകോടി പറവകൾക്കും മൃഗങ്ങൾക്കും അന്നമൊരുക്കുന്ന ഈ മനുഷ്യർ അവരുടെ പതാക പാറിയ്ക്കുന്ന കാഴ്ച നേരിട്ടു കാണണമെന്നു തോന്നി.

ഇത്രനാൾ പാറിപ്പറന്ന് ഏകാകിയായ് ജീവിച്ച കാലങ്ങളിലൊന്നും

കാണാത്ത ഒരു കാഴ്ച. ഒരുച്ചനേരമായിരുന്നു അത്. വിശപ്പും ദാഹവും തോന്നാതെ അങ്ങനെ ഭൂമിയിലേക്ക് നോക്കിയിരിക്കുമ്പോഴായിരുന്നു അത്.

ഒരു വൃദ്ധൻ തണുത്തു വിറച്ച് വേച്ചുവേച്ച് മരച്ചുവട്ടിൽ വന്നിരുന്നു. നീണ്ട താടിയിൽ അയാൾ അമർത്തിത്തടവി. തോൾസഞ്ചിയിൽ നിന്നും ഒരു കുപ്പിയെടുത്ത് തുറന്ന് വായിലേക്ക് ചെരിച്ചു. പിന്നെ ദൂരെ കാണാമായിരുന്ന ജനക്കൂട്ടത്തിന് നേരേ കയ്യുയർത്തി. പതുക്കെ നെഞ്ച് തടവി വൃദ്ധൻ മരത്തിൽ ചാരി. അധികം വൈകാതെ ഭൂമിയിലേക്ക് കമിഴ്ന്നു. മരണത്തിന്റെ രണ്ടാം കാറ്റ് വീശിയകലുന്നതാണ് ശേഷം കാണാനായത്.

അകന്നുപോയ ആ കാറ്റ് ഇരട്ടി വേഗതയിൽ തിരിച്ചുവന്നത് മൂന്നാം ദിവസം. അപ്പോഴേക്കും നഗരത്തിന്റെ ഓരോ ചുവടിലും കലപ്പയും മൺവെട്ടിയും മഴുവും കോടാലിയും മുറുകെപ്പിടിച്ച മനുഷ്യർ അണിചേർന്നു കഴിഞ്ഞിരുന്നു. അവർ ഉച്ചത്തിൽ പലവിധ മുദ്രാവാക്യങ്ങൾ മുഴക്കാൻ തുടങ്ങി.

ആകെ തണുത്തു വിറയ്ക്കുകയാണ്. പല കോണുകളിൽ നിന്നും കാവൽ സൈനികർ നഗരം വളഞ്ഞു. അവർ പലതരം ആയുധങ്ങൾ കൊണ്ട് ഉന്നംപിടിച്ചു. കാഴ്ചയിൽ വന്നുകൊണ്ടിരുന്ന നന്നേ ക്ഷീണിതരായ മനുഷ്യരെനോക്കി അവർ പല്ലു ഞെറമ്മി.

അന്നുവരെ കാണാത്ത കാറ്റ് കുരുങ്ങി മറിഞ്ഞ് മരച്ചില്ലകളൊടിച്ച് പലവഴി പായാൻ തുടങ്ങിയത് പുലർച്ചെയാണ്. വിശന്നു വലഞ്ഞെങ്കിലും ഇവിടെനിന്നും പറന്നകലാൻ തോന്നിയില്ല. എന്തോ ഒരു വിപത്തുകൂടി പതിയിരിക്കുന്നു എന്നൊരു തോന്നലായിരുന്നു മനസ്സ് നിറയെ. ഏതു നിമിഷവും കൂടും കൊമ്പും നിലംപൊത്തുമെന്ന് ഭയന്നു.

നിശ്ശബ്ദതയുടെ മൂന്നു ദിവസങ്ങൾ കഴിഞ്ഞു. അപ്പോഴൊക്കെ രാത്രിയും പകലും ഭൂമിയുടെ ആഴങ്ങളിൽനിന്നും മനുഷ്യർ നൂലേണിയിലൂടെ കയറി വരുന്നത് കാണാമായിരുന്നു. അവർ വെയിൽകൊണ്ടും വിശന്നും നിന്നവർക്ക് ജലവും പഴങ്ങളും നല്കി. അദൃശ്യതയിലേക്ക് കൈകൾ നീട്ടിയവരുടെ വിരൽത്തുമ്പുകളിൽ തുമ്പികൾ പറന്നിരിക്കാൻ തുടങ്ങി. പല നിറങ്ങളിലുള്ള ചിറകുകളാൽ അവ ആയുധധാരികളായവരുടെ ഇമകളിൽ ചിറകടിച്ചു.

സംഹാരശേഷം നഗരം ശുദ്ധിയാക്കാനുള്ള ആജ്ഞ പുറപ്പെടുവിച്ചുകൊണ്ടുള്ള പെരുമ്പറ മുഴങ്ങി. അഗ്നിതൂവിയ ശരങ്ങൾ നാലുപാടേക്കുമെറിഞ്ഞ് സൈന്യം തെരുവു കയ്യടക്കി. അവരുടെ കണ്ണുകളിൽനിന്നും തീക്കനൽ അടർന്നുപറന്നു. ചിത്രശലഭങ്ങളും മണ്ണിന്റെ മണമുള്ള മനുഷ്യരും എരിഞ്ഞുവീഴാൻ വേണ്ടതൊക്കെ അവർ എയ്തുകൊണ്ടിരുന്നു.

പുക വീണ്ടും ഭൂമിയിലെ കാഴ്ചകൾ മായ്ച്ചു.

കണ്ണു തുറന്നപ്പോൾ കേട്ടത് ഭൂമിയെമ്പാടും നിറയുന്ന ചിത്രശലഭങ്ങളുടെ ചിറകടി. മഴവില്ലായും മായാസമുദ്രമായും പലനിറത്തിൽ

ഭൂമിയിൽ അവ പകർന്നാടി. മുമ്പുകണ്ട ആയുധങ്ങളും അവ വഹിച്ചിരുന്നവരും അപ്പോൾ എവിടെയും ഉണ്ടായിരുന്നില്ല.

കാറ്റ് ശമിച്ചിരുന്നു.

സൂര്യൻ തണുപ്പു പരവതാനിയിലേക്ക് ചുവപ്പുനിറമുള്ള രഥത്തിൽ വന്നിറങ്ങി. മഞ്ഞുമലകളുരുകി തടാകങ്ങളിലേക്ക് ഒഴുകി.

നൃത്തം ചെയ്ത് പടവുകൾ കയറിക്കൊണ്ടിരുന്ന മനുഷ്യർക്കുമേൽ ചിത്രശലഭങ്ങൾ പറന്നു. അവയുടെ ചിറകടിയാൽ ഭൂമി ചുടാർന്നു തുടങ്ങി.

പ്രകാശമേ പ്രകാശമേ!

പരീക്ഷണശാലയിൽ മറ്റുള്ളവരൊക്കെ വാലിൽ തീപിടിച്ചപോലെ തെക്കുംവടക്കും കിഴക്കും പടിഞ്ഞാറും നടക്കുമ്പോൾ പീനട്ട് മസാല യുടെ പൊതിയഴിച്ച് പറവകൾക്കും ബാക്കി സ്വയവും കഴിച്ച് ഐ വരാന്തയുടെ മദ്ധ്യേയുള്ള നേർരേഖയിൽ മാത്രം ചവിട്ടിനടന്നു.

ഗവേഷണവിഭാഗത്തിന്റെ ചുമതലയുള്ള ഡോ. ലെനന് ഐയുടെ ഓരോ ചലനവും ജനാലയിലൂടെ വ്യക്തമായി കാണാം. നീണ്ട ഇടനാഴിയിലേക്ക് പ്രവേശിച്ച് ചുമരിൽ ഒപ്പം നടന്ന നിഴലിനോട് ഐ പലതരം കളികളിൽ ഏർപ്പെട്ടു. ധടുതിയിൽ മുന്നോട്ടുനടന്ന് പെട്ടെന്നൊരു നിമിഷം നിന്ന് അതേ വേഗതയിൽ പിന്നോട്ടുനടന്ന് ഓവർക്കോട്ടിന്റെ പാറിപ്പറന്ന ചിറകൊതുക്കി പുറത്തേക്കു നോക്കി. അങ്ങനെ ഐ എത്രനേരം നിന്നു എന്ന് ലെനൻ ഉറപ്പുവരുത്തി.

ഒരു പുസ്തകം മനസ്സിൽ പാകപ്പെടുകയാണ്. അതിന്റെ ആദിമദ്ധ്യാന്തപ്പൊരുത്തങ്ങൾ ഓരോ അടരുകളായി ഉള്ളറയിൽ ലെനൻ നിക്ഷേപിച്ചുകൊണ്ടിരുന്നു.

ഐ എതിരെ വന്ന സുന്ദരിയായ സ്ത്രീയെ നോക്കിയില്ല. അവർ നടന്നുപോയപ്പോൾ ഒപ്പം നടന്നുപോയ നിഴലിലേക്ക് പോക്കറ്റിനുള്ളിൽ വച്ചുതന്നെ ചുരുട്ടി പതം വരുത്തിയ ഒരു കടലാസുതുണ്ട് വലിച്ചെറിഞ്ഞു. സ്ത്രീയുടെ നിഴലിൽകൊണ്ട തുണ്ടുകടലാസ് ഭൂഗുരുത്വാകർഷണത്തിലേക്ക് പതിച്ചു. പിന്നെ കാറ്റിൻവേഗതയിൽപെട്ട് വരാന്തയിലൂടെ അകത്തേക്ക് പറന്നുനീങ്ങി. പിന്നത് പുൽമൈതാനത്തേക്ക് എറ്റിയകന്നു. ആ കടലാസ് കാറ്റിൽ സ്വയം നഷ്ടപ്പെട്ടുപോകുമ്പോഴും ഭൂമി അതിന്റെ വേരുകളിലേക്ക് പിടിച്ചടുപ്പിക്കാൻ ശ്രമിക്കുന്നുണ്ട്.

കുട്ടിക്കാലത്തെ ഒരു തോന്നൽ ഐ ലെനന് പകുത്തു നല്കിയി

രുന്നു. ലെനൻ കേവലമൊരു കേട്ടെഴുത്തുകാരനാകാൻ ആഗ്രഹിച്ചില്ല. വരും തലമുറയ്ക്കുവേണ്ടി ഒരു ആവർത്തനപ്പുസ്തകം രചിക്കണമെന്നുമുണ്ടായിരുന്നില്ല.

സ്വന്തം ജീവിതത്തിൽനിന്നും ഐ മറന്നുപോയ മുഹൂർത്തങ്ങൾ നിരവധിയാണ്. അവ ഓരോന്നായി വീണ്ടെടുത്ത് അദ്ദേഹത്തിനുതന്നെ സമർപ്പിക്കാനായിരുന്നു ലെനന്റെ ശ്രമം. തന്നെ ഓർമ്മകളിലേക്ക് തിരിച്ചുകൊണ്ടുപോകൂ, അതുമാത്രമാണ് മനസ്സിന് സ്വാസ്ഥ്യം പകരുന്നതെന്ന് കൺകോണുകൾ നനഞ്ഞു തൂവിയ പല സന്ദർഭങ്ങളിൽ ലെനനോട് ഐ പറഞ്ഞിട്ടുമുണ്ട്. വാക്കുകൾകൊണ്ടും അല്ലാതെയും.

ബേൺ നഗരത്തിലെ ഒരു സായാഹ്നത്തെക്കുറിച്ച് എത്രതന്നെ തികട്ടിനോക്കിയിട്ടും ഓർമ്മവന്നില്ല. വെളിച്ചം ഇരുട്ടിലേക്ക് ലയിച്ചസ്തമിക്കുന്നതും നഗരത്തെയാകെ മുൾമുനയിലാക്കിയ ഒരു ചുഴലി വട്ടം കറങ്ങിയതുമൊക്കെ ഓർമ്മയിലേക്ക് തിരികെ വിളിക്കാനായെങ്കിലും നടന്നുപോയ സ്കൂൾക്കുട്ടികൾക്കിടയിൽ ഒരു മുഖംമാത്രം ഓർത്തെടുക്കാനേ കഴിഞ്ഞില്ല. ലെനൻ പലതരത്തിൽ ചുരണ്ടിനോക്കിയിട്ടും ഐയുടെ ഓർമ്മപ്പെട്ടകത്തിന്റെ ചുവരിൽ ആ മുഖത്തേക്കുമാത്രം പ്രകാശം കടന്നുചെന്നില്ല. അഗാധതയിൽ നിന്നും പലതവണ വലിഞ്ഞുനോക്കിയെങ്കിലും ആ കുട്ടി മുഖംതരാതെ കളിചിരികളിൽ മുഴുകി കൂട്ടുകാർക്കൊപ്പം നടന്ന് ഇരുട്ടിന്റെ പുതപ്പു വീണ വഴിയിലൂടെ അകന്നുപോകുകയായിരുന്നു. മനസ്സെന്ന കണ്ണാടിയിൽ ഒന്നും പതിഞ്ഞില്ല. അതിനുള്ള സാവകാശം നല്കാതെ വെട്ടിത്തിരിഞ്ഞും വട്ടംചുറ്റിയും സഹപാഠികളിൽ ഇഴുകിയമർന്നുള്ള നടപ്പായിരുന്നു ആ കുട്ടിയുടേത്.

ഐ കൈയെത്തും ദൂരത്തുനിന്ന് ഒരു പച്ചില പിച്ചിയെടുത്തു. പിന്നെ ഏറെനേരം സ്വയം സംസാരിച്ചുനിന്നു. അതുവഴി കടന്നുപോയ ഒരു സ്ത്രീ ഐക്കു നേരെ നോക്കി പുഞ്ചിരിച്ചു നടന്നുചെല്ലുകയും അവരുടെ തോൾ സഞ്ചിയിൽനിന്നും അലാൻഡെർ ഫിസിക്സ് എന്ന മാസികയുടെ പുതിയ ലക്കം തുറന്ന് താളുകൾ മറിക്കുകയും ചെയ്തു. ഐ ആ സ്ത്രീയെയും അവരുടെ മെല്ലിച്ച വിരലുകളിലെയും മാസികയിലേക്കും നോക്കി. സ്വന്തം ചിത്രത്തിനു ചുറ്റും പ്രകാശം പറന്നുനടക്കുന്നതു നോക്കി ചിരിച്ചു.

ഓർമ്മയുടെ പേടകയാത്രയ്ക്കിടയിൽ എത്രയൊക്കെ ശ്രമിച്ചിട്ടും സ്വന്തം മാതാപിതാക്കളെക്കുറിച്ച് ഐ ഒരക്ഷരം ഉരിയാടിയില്ല. ചില സ്നേഹിതർക്കൊപ്പം ഒരൊഴിവുരാത്രി ആഘോഷിക്കാൻ മ്യൂനിച്ചിലെ സിൻഡ്രല്ല ഹോട്ടലിനു പിന്നിലെ ബീച്ച് സൈഡിലുള്ള മുറിയിൽ തങ്ങിയ രാത്രി. മറ്റുള്ളവരൊക്കെ മൂക്കറ്റം കുടിച്ച് പാട്ടും നൃത്തവും നടത്തി ക്ഷീണിച്ചുറങ്ങിയിരുന്നു. ഐ മാത്രം സിഗരറ്റു കൊളുത്തി വല്ലപ്പോഴും മാത്രം ഒരു പുകയെടുത്ത് കടലിലേക്ക് നോക്കിനിന്നു.

അമ്മയുടെ ശബ്ദവും അച്ഛന്റെ കാലൊച്ചയും കടലിൽ!

ആ കാഴ്ച വിശ്വസിക്കാനായില്ല. ഐ എണീറ്റുനിന്ന് സ്വന്തം വസ്ത്ര

K.MURALIDHARAN

മോരോന്നായി അഴിച്ച് കിടക്കയിലിട്ടു. ആരും തന്നെക്കാണില്ല എന്ന വിശ്വാസത്തിൽ ഒരൊറ്റ നടപ്പായിരുന്നു കടലിലേക്ക്. നല്ല ഇളക്കമുണ്ടായിരുന്നു കടലിന്. തിമിംഗലങ്ങളും സ്രാവുകളും ആകാശത്തെ തൊടാനെന്നവണ്ണം ജലോപരിയിലേക്ക് ഉയർന്നുചാടുന്നതും, ജലം അവയെ വലിച്ചു വെള്ളത്തിലേക്കുതന്നെ മടക്കി അയയ്ക്കുന്നതും നോക്കിനിന്നു. പിച്ചവെച്ചു നടക്കാൻമാത്രം തുടങ്ങിയ ഒരു കുട്ടിയെപ്പോലെ ഐ തിരവെള്ളം തൊട്ട് കൈവെള്ള നനച്ച് കൊട്ടി. നട്ടപ്പാതിരായ്ക്ക് ദാ വരുന്നു നാലുദിശകളിൽനിന്നും വെളുത്ത കാക്കകൾ. അവയുടെ ഉപ്പുരസമുള്ള കരച്ചിൽ.

അപ്രതീക്ഷിതമായിരുന്നു അങ്ങനെയൊരു മൂന്നാമന്റെ വരവ്. കിടക്കയ്ക്കു താഴെ കരുതിയിട്ടുള്ള റിവോൾവർ ഓടിച്ചെന്നെടുക്കണമെന്ന് നിശ്ചയിച്ചതാണ്. അജ്ഞാതനായൊരു ശത്രു ഏതുനേരവും പ്രത്യക്ഷനാകുമെന്ന് എപ്പോഴൊക്കെയോ ഭയന്നിട്ടുമുണ്ട്. സംഭവിച്ചതു മറ്റൊന്ന്. ഐ ആഗതന് ഹസ്തദാനം നല്കി. സിഗരറ്റ് വാങ്ങി വലിച്ചു. ഇതു കണ്ടപ്പോൾ ലെനൻ ആശ്വസിച്ചു. ആഗതനോടുതോന്നിയ അമർഷം പെട്ടെന്ന് ശമിക്കുകയും ചെയ്തു.

റിവോൾവർ എടുക്കേണ്ടെന്നു തീരുമാനിച്ചതും അപരിചിതനുമായി സൗഹൃദം സ്ഥാപിക്കാൻ ശ്രമിച്ചതുമൊക്കെ ശുദ്ധമണ്ടത്തരമെന്നല്ല അപകടകരമായ വിഡ്ഢിത്തമായെന്ന് ബോദ്ധ്യപ്പെടാൻ നേരമധികമെടുത്തില്ല. ശത്രുവിന്റെ വരവ് ഏതുനേരത്തും ഏതു തിരിവിലും പ്രതീക്ഷിക്കണമെന്ന് ഐ തന്നെ ഒരിക്കൽ പറഞ്ഞതുമാണ്.

ജർമ്മനിയുടെ തലസ്ഥാനമായ ബെർലിനിൽ വച്ചുള്ള പ്രഭാഷണത്തിനുശേഷം രാത്രിവിരുന്നിനിടയിലായിരുന്നു ആ സംഭവം. സവിശേഷമുഖച്ഛായയുള്ള ഒരാൾ ഹോട്ടൽ ബാൽക്കണിയിലേക്ക് സിഗരറ്റ് വലിക്കാനിറങ്ങിയ ഐയുടെ സമീപത്തെത്തി. ലോകപ്രശസ്തരായ ചിത്രകാരന്മാരുടെ ബിനാലെ മേഘപാളികളിൽ നടന്നുകൊണ്ടിരുന്ന ദിവസമായിരുന്നു അത്. പിക്കാസോവും ഡാവിഞ്ചിയും വാൻഗോഗുമൊക്കെ മത്സരിച്ചു വരച്ചുകൊണ്ടിരിക്കുന്നതിനിടയിൽ കയറി ചിത്രം വരയ്ക്കാൻ ശ്രമിച്ച സൽവദോർദാലി. ത്രിമൂർത്തികൾ കയ്യടിച്ചു പ്രോത്സാഹിപ്പിച്ചു. പിക്കാസോ കൈയടിക്കാൻ വേണ്ടി ബ്രഷ് സ്റ്റാൻഡിൽ വച്ചത് തിരിച്ചെടുത്തുകൊടുത്ത ശേഷം ദാലി സ്വയംവരച്ച സ്വന്തം മീശയുടെ തുമ്പിൽ ഒരു നക്ഷത്രം അലങ്കരിച്ചു. ഇതുകണ്ട് വാൻഗോഗ് ദാലിയുടെ ചെവിക്കിട്ടൊരു കിഴുക്കു കൊടുത്തു.

ഇതൊക്കെ കണ്ട് ഇളകിയിളകി ചിരിക്കുമ്പോഴാണ് ആ മനുഷ്യൻ പതുക്കെ ഐയുടെ ചുമലിൽ തട്ടിയത്. തന്മാത്രാ ചലനസിദ്ധാന്തത്തെപ്പറ്റിയുള്ള പ്രബന്ധം അവതരിപ്പിക്കുന്നനേരത്ത് സദസ്സിലെവിടെയും കാണാതിരുന്ന ഒരാൾ എന്നുമാത്രമെ ആദ്യം കരുതിയുള്ളു. എവിടെയും നമ്മൾ കാണാത്ത ഒരാൾ നമ്മെ പിന്തുടരുന്നുണ്ടാകുമെന്ന് വിശ്വസിച്ച് സമീപത്തേക്കു കൂടുതൽ അടുത്തുനിന്ന ആളിൽനിന്ന് പരമാവധി

അകന്നു നിൽക്കാൻ ഐ ശ്രമിച്ചു.

ചുണ്ടിൽ വിരിയാൻ വെമ്പിയ ചിരി ഒട്ടൊന്നൊളിപ്പിച്ച് ആഗതനെത്തന്നെ ഐ നോക്കിനിന്നു. ഇവിടെ മാത്രമല്ല, എവിടെയൊക്കെയോ വച്ച് ഈ മനുഷ്യനെ കണ്ടതായി നേരിയൊരു ഓർമ്മ വരുന്നുണ്ട്. അപൂർവ്വമായി സംസാരിച്ചതായും.

എന്തിനുവേണ്ടിയാവും അയാൾ പിന്തുടരുന്നത്?

ഒരാൾ മറ്റൊരാളെ പിന്തുടരുന്നെങ്കിൽ അത് ചില സാദ്ധ്യതകളാണ് തുറന്നിടുന്നത്. പിന്തുടരപ്പെടുന്നത് അപായകരമായ ആയുധം കൊണ്ടാണെങ്കിൽ അവിചാരിതമായ വഴിത്തിരിവ് ഏതു നിമിഷവും പ്രതീക്ഷിക്കണം. അതല്ല പിന്തുടരുന്നത് നിർദ്ദോഷമായ ഒരു ചങ്ങാത്തത്തിനു വേണ്ടിയോ, മോഹാവേശത്താലോ ആണെങ്കിൽ അത് സാവധാനം ശമിച്ചൊടുങ്ങാനാണ് സാദ്ധ്യത.

ഐ സിഗരറ്റുകുറ്റി ആഷ്ട്രേയിൽ തിരുകിക്കെടുത്തി. അവസാനമായി ഉയർന്ന കുഞ്ഞുപുകച്ചുരുൾ പറന്ന് ചുവരിലെ വെളുത്ത പ്രതലത്തിൽ അലിയുന്നത് ശ്രദ്ധിച്ചുനിന്നു. ആ സമയത്ത് ആഞ്ഞൊന്ന് ചുമച്ച്, ഐ നെഞ്ചിൽ തടവി.

ആഗതൻ കോട്ടിന്റെ പോക്കറ്റിൽനിന്നും ഒരു കോമ്പസ് പുറത്തെടുത്തു. ഒന്നു മുകളിലേക്കുയർത്തിയെറിഞ്ഞ്, തിരിച്ചു ഭൂമിയുടെ ഗുരുത്വാകർഷണത്തിലേക്കു വന്നപ്പോൾ കോമ്പസിന്റെ മൂർച്ചയെ കൈവെള്ളയിൽ സ്വീകരിച്ചു. രക്തത്തിന്റെ ഒരു ചീറ്റൽ സ്വന്തം മുഖത്തു തൊട്ടു തൊട്ടില്ല എന്ന മട്ടിൽ കടന്നുപോകുകയും, ചുമരിലെ നീർക്കുതിരച്ചിത്രത്തിൽ വര സമ്മാനിക്കുകയും ചെയ്തു.

അയാൾ പിന്നെപ്പോഴാണ് അവിടം വിട്ടുപോയത്?

ലെനൻ ഇടപെട്ടത് വെറുതയല്ല. പുസ്തകത്തിനുവേണ്ടിയുള്ള അന്വേഷണത്തിൽ കണ്ടെത്തിയ പലതും ഐക്ക് ഓർമ്മ വരുന്നുണ്ടായിരുന്നില്ല. എന്നാൽ ചില സന്ദർഭങ്ങളിൽ നിന്നും മറ്റൊരു സന്ദർഭത്തിലേക്കുള്ള ദീർഘദൂരയാത്രകൾ വായിച്ചുകേൾപ്പിക്കുമ്പോൾ ഐ ഒന്നുണരുന്നതും ഉന്മേഷവാനായി മാറുന്നതും കാണാറുണ്ട്. അതുകൊണ്ടാണ് കൂടുതൽ അറിയാൻ ലെനൻ ശ്രമിച്ചത്.

“ഹൊ! അയാൾ എന്തിനാവും എന്റെ ചുമലിൽ തട്ടിയത്? തികച്ചും അപരിചിതനായ ഒരാളുടെ ദേഹത്ത് തൊടാൻ വകതിരുവുള്ളവരാരും ശ്രമിക്കില്ല.” ഐ.

‘പിന്നെന്തിനാണ് അയാൾ വീണ്ടും വീണ്ടും അടുത്തുനില്ക്കാനും സംസാരിക്കാനും ശ്രമിച്ചത്?” ലെനൻ ഐയുടെ കണ്ണുകളിലേക്ക് നോക്കി.

ഒരു കുഞ്ഞിന്റെ; പിഞ്ചുകുഞ്ഞിന്റെ നോട്ടമായിരുന്നു അപ്പോൾ ഐക്ക്. ചുണ്ടൊന്ന് ഇടത്തേക്കു കോട്ടി, തൊട്ടടുത്തിരുന്ന പൂക്കൾക്കിടയിൽ നിന്ന് ചാരനിറമുള്ളതും റോസ് നിറമുള്ളതുമായ രണ്ടു പൂക്കൾ ഇറുത്തെടുത്തു. അതിലൊന്ന് മണത്ത് സുഗന്ധത്തെ ആവോളം ഉള്ളി

ലേക്ക് പ്രവഹിപ്പിച്ച് ഐ ലെനനെ കാതോടുചേർന്നു നില്ക്കാൻ ക്ഷണിച്ചു.

"സ്ഥലവും കാലവും ഏകകമാണോ?" ആഗതൻ ചോദിച്ചു. ഉത്തര കിട്ടും മുമ്പേ അല്ലെങ്കിൽ അതിനുള്ള ആലോചന നടത്തുംമുമ്പേ ഐ ആഗതന്റെ കൈയിലുണ്ടായിരുന്ന തോക്ക് പിടിച്ചുവാങ്ങി.

ആരാവും അയാളെ അയച്ചിട്ടുണ്ടാവുക? കൊല്ലാനുള്ള കൃത്യമായ പദ്ധതി അയാൾ തയ്യാറാക്കിയിരുന്നു. പക്ഷേ, ശ്രമം പാളി. ആഗതൻ അപ്രത്യക്ഷനായി. അയാൾ എന്തിനുവേണ്ടിയാണ് തനിക്കുനേരെ ട്രിഗർ വലിക്കാൻ ശ്രമിച്ചത്.

അവസരോചിതമായി ഇടപെടാൻ തോന്നിയില്ലായിരുന്നെങ്കിൽ കൃത്യം ആ ബുള്ളറ്റ് തലച്ചോറിലെ സിദ്ധാന്തപ്പിരികൾ ചിതറിത്തെറിപ്പിച്ച് കടന്നുപോകുമായിരുന്നു.

ലെനനെയും അതുതന്നെയാണ് അത്ഭുതപ്പെടുത്തിയത്. യാതൊരു പ്രകോപനരംഗങ്ങളിലും നായകനോ പ്രതിനായകനോ ആയി ഐ പ്രത്യക്ഷനാകാറില്ല. മിലേവയുമായുള്ള പ്രണയവും വിവാഹവും വിവാഹമോചനവുമൊക്കെ നടന്ന കാലങ്ങളെക്കുറിച്ച് ഐ വളരെ കുഞ്ഞു വാക്കുകളിലാണ് വിശദമാക്കിയിട്ടുള്ളത്. പ്രണയകാലത്തെക്കുറിച്ചുള്ള ഓർമ്മകളിൽ ചിരിയും, മിലേവയുമായി പിരിഞ്ഞ രാത്രിയെക്കുറിച്ചു പറയുമ്പോൾ ഉൽക്കടമായൊരു വിറയലും ഐയിൽ നടമാടുന്നത് ലെനൻ കണ്ടു. കുഞ്ഞുപാദം കുലുക്കി കരയുകയും അതേ പാദം കുലുക്കി ചിരിക്കുകയും ചെയ്ത മകളെക്കുറിച്ചു പറഞ്ഞപ്പോൾമാത്രം; അപ്പോൾ മാത്രം ഇടതുകണ്ണിന്റെ വലതുകോണിൽ കൃഷ്ണമണിത്തുമ്പിൽ കണ്ണീർ തുളുമ്പി.

ആരാണ് കുഞ്ഞിനെ ഉപേക്ഷിക്കണമെന്ന് ആദ്യം പറഞ്ഞത്? ലെനൻ ചോദിച്ചു. ഒന്നല്ല പലതവണ. മിലേവയുടെ നിർബ്ബന്ധത്തിനു വഴങ്ങുകയായിരുന്നോ എന്ന ചോദ്യം കേട്ടപ്പോഴും ഐ നീണ്ടുവളർന്ന മുടിയിഴകളിൽ കുരുങ്ങിപ്പറന്ന കാറ്റിനെ കൈക്കുമ്പിളിലൊതുക്കാൻ ശ്രമിച്ച് പരാജിതനായി, ആ പരാജയം മറയ്ക്കാനാവാത്ത മുഖവുമായി ലെനനെ നോക്കിനിന്നു. സ്വന്തം രക്തത്തിൽനിന്നും രേതസിലേക്കും, അവിടെനിന്നും മിലേനമേവിച്ചിന്റെ ഗർഭപാത്രത്തിലേക്കും വഴുതിവീണ ലിഡൾ. അവളെ ആ ദമ്പതികൾക്കു കൈമാറുമ്പോൾ കൈവിറയ്ക്കുമെന്ന് ഐക്ക് തോന്നി. പക്ഷേ, അതു സംഭവിച്ചില്ല. പകരം രാത്രി പലതു കഴിയും വരെ നെഞ്ച് പിടയ്ക്കുകയും കൈകാലുകൾ തളരുകയും ചെയ്തു. ഉറക്കമരുന്നു വേണ്ടിവന്നു ആ രാത്രികളോരോന്നും അവസാനിക്കാൻ. പലതവണ മിലേവയെ കാണണമെന്നും സംസാരിക്കണമെന്നും കരുതിയതാണ്. അതിനുവേണ്ടി ഒന്നിലേറെത്തവണ ഇറങ്ങി പുറപ്പെടുകയും ചെയ്തു. പക്ഷേ, മിലേവയ്ക്ക് ഐയിലേക്കുള്ള ദൂരം ഏറി വന്നതല്ലാതെ, കുറയുകയുണ്ടായില്ല. ലിഡൾ അപരിചിതമായ ഗന്ധത്തിലേക്കും രുചികളിലേക്കും പോയതോടെ ഇരുവർക്കുമിടയിലുള്ള

അകലം ഏറിയതേയുള്ളു.

ഇടയ്ക്ക് ഒരു ലോലിപ്പോപ്പിന്റെ ചിത്രം ചുവരിൽ വരച്ച ശേഷം ഐ നഖം കടിച്ചുതുപ്പി. ഓറഞ്ച് ജ്യൂസ് നല്കിയ നേഴ്സിനോട് വേണ്ട എന്ന് ആംഗ്യം കാണിച്ചു. തൊട്ടുപിന്നാലെ വരച്ച തീവണ്ടിയുടെ ചിത്രത്തിൽ, വിൻഡോ സൈഡിൽ സ്വന്തം ചിത്രവും എതിരെ അതിന്റെ പ്രതിരൂപവും തെളിഞ്ഞു. തൊട്ടടുത്ത ട്രാക്കിൽ വന്നുനിന്ന ട്രയിൻ ചൂളംവിളിച്ചു യാത്ര തുടർന്നപ്പോൾ ഒരിക്കലും യാത്ര തുടരാൻ സാദ്ധ്യതയില്ലാത്ത സ്വന്തം തീവണ്ടിയിലിരുന്ന് ഐ ആർക്കൊക്കെയോ ടാറ്റ പറഞ്ഞു.

ചില തോന്നലുകൾ യാഥാർത്ഥ്യത്തെക്കാൾ ഭയാനകമായി നമ്മെ ബാധിക്കും. ചില യാഥാർത്ഥ്യങ്ങൾ അതിന്റെ അപായകരമായ പരിസമാപ്തിവരെ തോന്നലുകളാണെന്ന് കരുതി തള്ളിക്കളയും. ഐ മുഷിഞ്ഞ ഒരു കടലാസിൽ ഇങ്ങനെ എഴുതിവച്ചത് ആരും കാണണമെന്ന് കരുതിയല്ല. രണ്ടു വാചകങ്ങൾ. ഒരു പേജിലല്ല ഏതാണ്ട് 120 പേജു വരുന്ന ഒറ്റവരയൻ താളുകളിൽ ഓരോന്നിലും ആവർത്തിച്ച്. എന്തിനെന്നൊന്നും ലെനൻ ചോദിച്ചില്ല.

പുസ്തകം പൂർത്തിയായി കഴിയുമ്പോൾ ഹ്രസ്വമായ ഒരു യാത്ര നിശ്ചയിച്ച് അപരിചിതമായ ഒരിടത്തെത്തിയ ശേഷം ഐക്ക് ഓരോ പേജും വായിച്ചു കൊടുക്കണമെന്ന് പബ്ലിഷറോട് ലെനൻ പ്രത്യേകം നിർദ്ദേശിച്ചു. അത്ര താല്പര്യമില്ലെങ്കിലും പ്രസാധകൻ അതു സമ്മതിച്ചു. ഒരു നിബന്ധന മാത്രമേ അയാൾക്കുണ്ടായിരുന്നുള്ളു. എവിടെയും പറയാത്ത ചിലത് പുസ്തകത്തിൽ അവിടവിടെയായി ചിതറിക്കിടക്കണം. അത് പുസ്തകത്തെ പ്രചുരപ്രചാരമുള്ളതാക്കുകയും ആ വർഷത്തെ ഏറ്റവും നല്ല പുസ്തകമായി മാധ്യമങ്ങൾ തെരഞ്ഞെടുക്കുകയും ചെയ്യണം.

ലെനൻ അതു സമ്മതിച്ചു. ആവർത്തിച്ചുള്ള ചോദ്യങ്ങളിലൂടെ ഉത്തരം പറയുംവരെ ഐയെ പിന്തുടരണമെന്നും അതു സാദ്ധ്യമായാൽ പുസ്തകം ബെസ്റ്റ് സെല്ലറാകുമെന്നും പ്രസാധകൻ ഓർമ്മപ്പെടുത്തി. അതൊരു അതിമോഹമല്ലെന്നും വരുവാനിരിക്കുന്ന തലമുറയ്ക്ക് ഷെൽഫിൽ ഏറ്റവും മൂല്യവത്തായി ഐയുടെ പുസ്തകം സൂക്ഷിക്കാൻ തോന്നണമെന്നും ലെനൻ ആഗ്രഹിച്ചു. ശാസ്ത്രംപോലെ സുതാര്യമാകണം പുസ്തകത്തിലെ ജീവിതവും.

ഐ രചിച്ച ആദ്യപുസ്തകം പ്രസിദ്ധീകരിച്ചപ്പോൾ എന്തുകൊണ്ടാണ് ചില പേരുകൾ കടപ്പാടുപേജിൽ കാണാതെ പോയത്? ലെനൻ ശബ്ദം താഴ്ത്തി ചോദിച്ചു.

അതിന് കൃത്യമായ മറുപടി മിലേവയും പറഞ്ഞില്ല. ലെനൻ ചോദിച്ച മൂന്നു ചോദ്യങ്ങൾ ശ്രദ്ധയോടെ കേട്ടശേഷം മിലേവ കസേരയിൽ നിന്നും എണീറ്റ് ബാൽക്കണിയിലേക്ക് നടന്നു. കാറ്റുപിടിച്ചുലഞ്ഞ വസ്ത്രത്തെയും പാറിപ്പറന്ന മുടിയെയും ഒറ്റക്കൈകൊണ്ടൊതുക്കാൻ

ശ്രമിച്ച് മിലേവ ഏറെനേരം ഒരക്ഷരം ഉരിയാടാതെ നിന്നു. "ബിഥോവന്റെ ഏഴാം സിംഫണി കേട്ടിട്ടുണ്ടോ ലെനൻ?"

മിലേവ ചോദിച്ചു.

ലെനൻ തലകുലുക്കി.

എന്താണ് തന്റെ ചോദ്യങ്ങൾക്കുള്ള മറുപടിയെന്നതിൽ മാത്രമായിരുന്നു ലെനന്റെ ശ്രദ്ധ.

പറന്നുവന്ന് ബാൽക്കണിയിലേക്കു കയറിയ ചുവന്ന നിറമുള്ള പട്ടത്തിൽ തൂങ്ങിക്കിടന്ന മഞ്ഞനിറമുള്ള നൂൽ കയ്യെത്തിപ്പിടിക്കാൻ മിലേവ വിഫല ശ്രമം നടത്തി. ഇരുവരെയും അത്ഭുതപ്പെടുത്തിക്കൊണ്ട് പട്ടം ഒരു ചാട്ടുളിപോലെ പുറത്തേക്കിറങ്ങി ശൂന്യാകാശത്തേക്ക് പാറിപ്പറന്നു.

ഭൂഗുരുത്വാകർഷണത്തെ എങ്ങനെയാണ് ഈ പട്ടം അതിജീവിക്കുന്നതെന്ന് മിലേവ ലെനനോടു ചോദിച്ചു. താൻ ചോദിച്ച ചോദ്യത്തിനുള്ള മറുപടി മാത്രം പ്രതീക്ഷിച്ചുനിന്ന ലെനൻ അതിനു മറുപടി നല്കിയില്ല.

അകത്തേക്കു നടക്കുമ്പോൾ ഐക്കും മിലേവയ്ക്കുമൊപ്പം നടത്തിയ ദീർഘമായ യാത്രകളെക്കുറിച്ചും രാത്രികാല വിരുന്നുകളെക്കുറിച്ചും ഭക്ഷണപര്യവേഷണങ്ങളെക്കുറിച്ചുമൊക്കെയാണ് ലെനൻ ഓർത്തുകൊണ്ടിരുന്നത്. ആ ഓർമ്മകളിൽ നിന്നും തിരികെയെത്തുമ്പോഴേക്കും ദീർഘചതുരാകൃതിയിലുള്ള ഒരു മുറിയിലായിരുന്നു ലെനൻ.

അവിടെ ചുമരുകളിൽ നിറയെ ഐയുടെ ഫോട്ടോകൾ. പ്രണയ മുക്തകങ്ങൾ.

ലെനൻ അത്ഭുതപ്പെട്ടു. മിലേവ ഒട്ടനവധി വിമർശനങ്ങളും ശകാരങ്ങളും തൊടുത്ത് ഐയെ വ്യക്തിഹത്യ നടത്തുമെന്നും പ്രതിഭാധനനാണ് തന്റെ ഭർത്താവെന്ന് ലോകം മുഴുവൻ തൊണ്ടതുറക്കുമ്പോൾ പരമബോറനും ക്രൂരനുമാണെന്നും, ഗൃഹാന്തരീക്ഷത്തിൽ ആൾ ആകെ അലമ്പനാണെന്നു പറയുമെന്നൊക്കെയാണ് ലെനൻ കരുതിയത്. മിലേവയെ കണ്ടപ്പോഴും ചിലതൊക്കെ മുക്കിമൂളിപ്പറയുമ്പോഴുമുള്ള മുഖഭാവവും ഏതാണ്ട് അങ്ങനെയൊക്കെത്തന്നെയായിരുന്നു. അതൊക്കെ തോന്നലുകൾ മാത്രമായിരുന്നെന്ന് ലെനന് വളരെ വേഗം മനസ്സിലായി.

"പാവം; ഒന്നൊരിടത്ത് വച്ചാൽ ഒരിക്കലും അതെക്കുറിച്ച് ഓർക്കാനാവില്ല. രണ്ടാമതൊന്ന് നടന്ന വഴിയിലൂടെ തിരിച്ചുനടക്കാൻ കഴിയാറില്ല. ഒരു നഗരത്തിലെ വഴിയും കൃത്യമായി ഓർത്തെടുക്കാനാവാറില്ല." ഇത്രമാത്രം പറഞ്ഞ് മിലേവ ഫ്രിഡ്ജ് തുറന്ന് മുന്തിയ തരം വൈൻ രണ്ടു ഗ്ലാസ്സുകളിലേക്ക് പകർന്നു.

"ഇതു ഞങ്ങൾ മാത്രമാകുമ്പോൾ കഴിക്കുന്നതായിരുന്നു. മഞ്ഞ് ഇവിടെ വരാതായതോടെ അതിരുന്ന് മൂത്ത് കടും ലഹരിയുള്ളതായിട്ടുണ്ടാകണം."

മിലേവ രണ്ടു ഗ്ലാസുകളിലേക്ക് വൈൻ പകർന്നു. രണ്ടോ മൂന്നോ

തവണ അതാവർത്തിച്ചപ്പോൾ ലെനന്റെ ഞരമ്പുകൾ ഒന്നയഞ്ഞ് ജലരാശിക്കുമേൽ പറന്നു നടക്കുന്ന മിന്നാമിനുങ്ങിനെപ്പോലെയായി. ആ നേരത്ത് മറ്റൊന്നിനെക്കുറിച്ചും പറയരുതെന്ന് സ്വന്തം നാവിനോട് നിരന്തരം ലെനൻ നിർദ്ദേശിച്ചുകൊണ്ടിരുന്നു. സാധാരണ പതിവില്ലാത്തതാണെങ്കിലും ആ നേരത്ത് സ്വന്തം നാവ് ശാസനയെ അതേപടി അനുസരിക്കുന്നതിൽ ലെനന് ചെറുതല്ലാത്ത ആഹ്ലാദം തോന്നി.

മിലേവയ്ക്ക് എല്ലാം കൃത്യനിഷ്ഠതയോടെ ചെയ്യണമെന്ന് നിർബ്ബന്ധമുണ്ടായിരുന്നു. ഒരു ചെറിയ കഷ്ണം കടലാസ് അലക്ഷ്യമായി മുറിയിലെവിടെയെങ്കിലും പറന്നു നടക്കാൻ പോലും അനുവദിക്കില്ല.

സിദ്ധാന്തപ്പുരയിൽ വേവുകൊണ്ട് നടക്കുന്ന ഐയുടെ മുഖം ലെനൻ ഓർത്തു. നിഴൽപോലെ ആ സമയത്തൊക്കെ ഐക്കൊപ്പം മിലേവ നടന്നു. ഇരുന്നു. കിടന്നു. വെരുകിനെപ്പോല രാവുപുലരുംവരെ മുറിയുടെ ചുവരുകളിലെ നിഴൽ നോക്കിനടക്കുന്ന ഐയെ വ്യത്യസ്തമായ സുഗന്ധങ്ങൾ പൂശി മിലേവ കിടക്കയിലേക്ക് ക്ഷണിച്ചു. ഭൂമിയിൽ ഇനിയും തിരിച്ചറിയാനാവാത്ത വിവിധതരം സുഗന്ധങ്ങൾ അവശേഷിക്കുന്നുണ്ടെന്നും, അവയിൽ പലതും മിലേവയുടെ ശരീരത്തിന്റെ ഉൾക്കാടുകളിലെവിടെയൊക്കെയോ അവശേഷിക്കുന്നതായും തമാശരുപേണ ഐ പറഞ്ഞു. മിലേവ അതിനു മറുപടി പറഞ്ഞില്ല. പകരം ഒന്നു പുഞ്ചിരിക്കുകമാത്രം ചെയ്തു. അത്രനാളും അനുഭവിച്ചിട്ടില്ലാത്തൊരു മണമാണ് ആ രാത്രിയിൽ താൻ അറിഞ്ഞതെന്ന് ഐ അന്ന് അടക്കം പറഞ്ഞു.

പുസ്തകരചനയുടെ പല ഘട്ടങ്ങളിൽ ഇനിയുള്ള പേജിലെ ആദ്യവരിയെന്താവണമെന്ന ആകുലതയിൽ പുകഞ്ഞ് ലെനൻ കൈനഖം കടിച്ചു തുപ്പിയതിനു കയ്യും കണക്കുമില്ല. മിലേവയെ അവസാനമായി കണ്ട ദിവസം ലെനന് ഒന്നുമെഴുതാൻ കഴിഞ്ഞില്ല. വെറുതെ അക്ഷരങ്ങൾ ടൈപ്പ് ചെയ്തുകൊണ്ടിരുന്നെങ്കിലും വാക്കുകളൊന്നും കടലാസിൽ തെളിഞ്ഞില്ല.

അമ്മാവനുമായി യാദൃച്ഛികമായാണ് ഐ കണ്ടുമുട്ടിയത്. ജർമ്മൻ പൗരത്വം ഉപേക്ഷിച്ച് ഏതാണ്ട് പതിനഞ്ചു വർഷങ്ങൾക്കു ശേഷമാണത്. ജൂതന്മാർക്കെതിരായ ഹിറ്റ്ലറുടെ കൊടുംഹത്യകൾ കണ്ടും സഹിച്ചും ഗത്യന്തരമില്ലാത്ത മനസ്സുമായാണ് അമ്മാവൻ അനന്തരവനുമായി സംസാരിച്ചത്. ജനിച്ച് ആദ്യവർഷങ്ങളിൽ മൂകക്കുട്ടിയെന്ന് മുതിർന്ന കുട്ടികൾ പരിഹസിക്കുമ്പോൾ മാതുലൻ അനന്തരവന്റെ കവിളിൽത്തട്ടി ആശ്വസിപ്പിച്ചിരുന്നതായി ലെനൻ കേട്ടിട്ടുള്ളതുമാണ്.

അന്നു മടങ്ങുമ്പോൾ മകൾ എൽസയുടെ ഫോട്ടോയും ഫോൺ നമ്പരും അമ്മാവൻ ഐക്കു നല്കി.

"തനിക്ക് അവളെ വിളിക്കാം. വിളിക്കാതെയുമിരിക്കാം."

അമ്മാവൻ ഇരുട്ട് പുതലിച്ചുനിന്ന വഴിയിലേക്ക് ഇറങ്ങിനടന്നപ്പോൾ നഗരത്തിൽ നല്ല മഞ്ഞു പെയ്യുന്നുണ്ടായിരുന്നു.

എൽസയെ അധികം വൈകാതെ ഐ ചെന്നുകണ്ടു. ശാസ്ത്രത്തെക്കുറിച്ചെന്നല്ല ഗൗരവപ്പെട്ട ഒന്നിനെക്കുറിച്ചും ഒരക്ഷരം ഉരിയാടരുതെന്ന് തനിക്ക് വാശിയുണ്ടായിരുന്നതായി നോട്ടുപുസ്തകത്തിൽ തിങ്കളാഴ്ചയുടെ കുഞ്ഞുകള്ളിയിൽ എഴുതിയിടുകയും ചെയ്തു.

ചിലതൊക്കെ വിശദീകരിക്കണമെന്നൊക്കെ എൽസയ്ക്കു മുന്നിലിരിക്കുമ്പോൾ തോന്നിയതാണെന്നും പക്ഷേ, അവളുടെ കണ്ണുകളിലേക്ക് നോക്കിയിരിക്കുമ്പോൾ മുലപ്പാലിന്റെ മണമായിരുന്നു അനുഭവപ്പെട്ടതെന്നും ഐ മറ്റൊരു തിങ്കളാഴ്ചക്കള്ളിയിൽ കുനുകുനെ എഴുതിവച്ചിരുന്നു.

ലെനന് സ്വന്തം ഹൃദയത്തിൽ ഓരോ നിമിഷവും വന്നുതൊടുന്ന സാന്നിദ്ധ്യമാണ് ഐ. ഓരോ പ്രഭാതത്തിലും മദ്ധ്യാഹ്നത്തിലും സായാഹ്നത്തിലും രാത്രികാലങ്ങളിലും ഓരോതരം മഴയായിരുന്നു ഐക്കു മുന്നിൽ പെയ്തത്. ഇരുട്ടിലും പ്രകാശത്തിലുമൊക്കെ നോക്കിയിരിക്കുമ്പോൾ അരികിലേക്ക് ചെല്ലാതെ ഐ നോക്കിയിരിക്കുന്ന കാറ്റിനെയും കടലിനെയും നിലാവിനെയുമൊക്കെ കണ്ടിട്ടുള്ളത് വിശദീകരിച്ചുകൊണ്ടാണ് ലെനൻ പുസ്തകത്തിന്റെ ഒരദ്ധ്യായം തുടങ്ങിയത്.

നോബൽ സമ്മാനം പ്രഖ്യാപിക്കുന്നതിന്റെ തലേന്നു രാത്രി ഐ വല്ലാതെ പനിച്ചു. ഡോക്ടറെ വിളിക്കാം അല്ലെങ്കിൽ ചെന്നു കാണാമെന്നൊക്കെ പറഞ്ഞെങ്കിലും പതിവു കുട്ടിക്കുറുമ്പൻ ഭാവത്തിൽ ഇടയ്ക്കൊന്ന് ഒറ്റക്കണ്ണടച്ച് ഒരു കോണുകൊണ്ടൊന്ന് ചിരിച്ച് രാത്രി വെളുപ്പിച്ചു.

ഐയെ തൊട്ടടുത്ത ദിവസം കണ്ടപ്പോൾ മിലേവയെ കണ്ടുമുട്ടിയ കാര്യം പറയണമെന്നു തോന്നിയതാണ്. രണ്ടാമത്തെ ചിന്തയിൽ വേണ്ടെന്നു വെക്കുകയായിരുന്നു. ഒരു ചുവടു വയ്ക്കുന്നതിനു മുമ്പോ അതിനുശേഷമോ അതേക്കുറിച്ചു ചിന്തിക്കുന്നത് ഐയുടെ ശീലമായിരുന്നില്ല. സ്വന്തം മാതാപിതാക്കളുടെ ഒന്നിച്ചുള്ള ഫോട്ടോ പഴയ ഫയലിൽ നിന്നും ഇടയ്ക്കിടെ എടുത്തുനോക്കുകയും ഏങ്കോണിച്ച ഒരു ചിരി ചിരിക്കുകയും ചെയ്യും. സൃഷ്ടികർത്താക്കളോടുള്ള സ്നേഹമാണോ പരിഹാസമാണോ ആ ചിരിയിലുള്ളതെന്ന് കണ്ടുനിൽക്കുന്നവർക്ക് മനസ്സിലാകുമായിരുന്നില്ല. ലെനൻ ഒരിക്കൽമാത്രം അതേക്കുറിച്ചു ചോദിച്ചു. മൂന്നുവയസ്സിനുമുമ്പ് ഐ ഒരുനാൾ വിക്കിവിക്കി സംസാരിക്കാൻ തുടങ്ങിയതുപോലെ വാക്കുകൾ വഴങ്ങാതെ നാവിൻതുമ്പിൽ അറച്ചുനില്ക്കുന്നതു കണ്ട് ലെനൻ ആ ശ്രമത്തിൽ നിന്ന് പിൻവാങ്ങി.

സൂറിച്ച് സർവ്വകലാശാലയിൽ വെച്ചുള്ള അനുഭവത്തെക്കുറിച്ച് കേട്ടതല്ല, അന്നത്തെ ഒരു നോട്ടുപുസ്തകത്തിൽ ഒത്തനടുവിലെ പേജിൽ എഴുതിവച്ചിരുന്നതാണ്. എന്തുകൊണ്ടാണ് നിർമ്മാണം തുടർന്നുകൊണ്ടിരുന്ന കെട്ടിടത്തിന്റെ മൂന്നാംനിലയിൽ പാരപ്പറ്റിൽനിന്നും പിടിവിട്ട ആ തൊഴിലാളി കിഴുക്കാംതൂക്കായി നിലത്തേക്കു വീണത്? പിന്നീട് നോട്ടുപുസ്തകത്തിന്റെ പിന്നോട്ടുള്ള പേജുകൾ നിറയെ ആശ്ചര്യ

ചിഹ്നവും ചോദ്യചിഹ്നവും മാത്രം. പെൻസിൽ കൊണ്ട് ചില പേജുകളിൽ സ്ഥലകാലനൈരന്തര്യത്തിന്റെ വരകളും കുറികളും.

പുരസ്കാരം ലഭിച്ച തുകയുമായി ഒരു ഇളംകാറ്റു വന്ന് തൊടുമ്പോൾ ചിരിക്കുന്ന പിഞ്ചുകുഞ്ഞിനെപ്പോലെ നിന്ന ഐയുടെ മുഖം മറക്കാനാവില്ല. അന്നു രാത്രി തീരുംമുമ്പ് ആ തുക മിലേവയ്ക്ക് എത്തിക്കണമെന്ന കാര്യത്തിൽ മാത്രമായിരുന്നു നിർബ്ബന്ധം. അതിനിടയിൽ വന്ന അഭിനന്ദന സന്ദേശങ്ങളോ മാധ്യമപ്പടയോ ഐയെ ബാധിച്ചിരുന്നതായി തോന്നിയില്ല. പതിഞ്ഞ ശബ്ദത്തിൽ സംസാരിക്കുമ്പോഴൊക്കെ ആൾക്കൂട്ടത്തിലെവിടെയോ എന്തോ ഒന്ന് തിരയുന്നു എന്ന ഭാവം മുഖത്ത്.

യുദ്ധത്തിന്റെ രാസഗന്ധം അപ്രതീക്ഷിത നേരങ്ങളിൽ വായുവിൽ ഹിംസ്രജന്തുവിനെ അനുസ്മരിപ്പിക്കുംവിധം പുളഞ്ഞു കടന്നുപോകുന്ന ദിവസങ്ങളിലൊന്നായിരുന്നു അത്. രക്തത്തിന്റെ കടുംവടുക്കൾ കണ്ട് അതിലേക്കു മുഖംചേർത്തവരും മുഖം തിരിച്ചവരും. രണ്ടു ചേരികൾ. വല്ലാത്തൊരു നിറത്തിൽ പലരൂപങ്ങളിൽ ആകാശത്തിൽ പലതും പറന്നു നടക്കുന്നതു തനിക്ക് കാണാനാകുന്നുണ്ടെന്ന് ആ ദിവസങ്ങളിൽ പച്ച നിറമുള്ള മഷികൊണ്ട് നോട്ടുപുസ്തകത്തിൽ ഐ എഴുതിയിട്ടിരുന്നു. യുദ്ധം അവശേഷിപ്പിക്കുന്ന വിനാശകരമായ ദുർവ്വിധികളെക്കുറിച്ച് ആ ദിവസങ്ങളിൽ സംസാരിച്ചു. ജർമ്മനിയിൽനിന്നും ബെർലിനിലേക്കു താമസം മാറ്റുന്ന ദിവസം തന്റെ തലേന്നുവരെയുണ്ടായിരുന്ന ഗൃഹാതുരത്വത്തെ നീണ്ട മുടിയിൽ പറ്റിയ ഒരു കുഞ്ഞിലയെ എന്നപോലെയോ, മാറാലയെ എന്നപോലെയോ ഐ ഇടതുകൈകൊണ്ട് ഏറ്റിയെറിഞ്ഞു.

മുന്നിൽ പ്രത്യക്ഷമായ അപരിചിതഗന്ധങ്ങളിലേക്കും മിന്നലാട്ടങ്ങളിലേക്കും നോക്കി ചിരിക്കുന്നതായിരുന്നു ആ ദിവസങ്ങളിലെ രസം. പ്രിൻസ്റ്റണിലെ ആശുപത്രിയുടെ ജനാലയ്ക്കരികെ ഉയർത്തിവച്ച തലയിണയിൽ ഒരു കൈകുത്തിയിരുന്ന് ആകാശത്ത് പല ദിശകളിലേക്കു പറന്നകലുന്ന ഇളം കറുപ്പുനിറമുള്ള പുകയെ അനുസ്മരിപ്പിക്കുന്ന ചിത്രങ്ങളിലേക്കു നോക്കി സംസാരിച്ചു. മഞ്ഞുകണികകൾ ജനാലയ്ക്കു പുറത്തുനിന്നും ആശുപത്രി മുറിയിലേക്ക് കടന്നുവരുന്നതും അവയെ കൈവെള്ളനിൽ സ്വീകരിച്ച് ഒരു ആതിഥേയനെപ്പോലെ സംസാരിക്കുന്നതും കണ്ടു.

അമേരിക്കൻ പ്രസിഡന്റായിരുന്ന റൂസ്‌വെൽറ്റിനുള്ള കത്തെഴുതുമ്പോൾ ഐയുടെ കൈകൾ വിറച്ചു. ഹിറ്റ്ലറുടെ ചിത്രത്തിനുതാഴെയുള്ള വെളുത്ത പ്രതലത്തിൽ ഗുണനചിഹ്നവും ഹരണചിഹ്നവും വരച്ചപ്പോൾ വിരലുകളിൽ വിറയൽ കാണാനായില്ല. തൊട്ടുപിന്നാലെ ചുവന്ന മഷിപ്പേന കുടഞ്ഞ് ഐ എഴുതിവച്ച കടലാസുമായി ലെനൻ എഴുതിക്കൊണ്ടിരുന്ന പുസ്തകത്തിൽ നിന്നും ഒരു ഇടവേളയെടുത്ത് പുറത്തേക്ക് നടന്നു.

“...... ഒരു യുദ്ധം; ഇനിയുമൊരു യുദ്ധമുണ്ടായാൽ അവിടങ്ങളിൽ ശുദ്ധജലമെത്തിക്കുന്ന ഒരു പ്ലംബറായി ജീവിക്കാനാണ് എനിക്കിഷ്ടം. അല്ലെങ്കിൽ വലിയ വലിയ തുരങ്കങ്ങളിലൂടെയും ടണലുകളിലൂടെയും ഒഴുകി ചെറിയ പൈപ്പുകളിലൂടെ പാചകമുറികളിലും പൊതുനിരത്തുകളിലുമെത്തുന്ന ശുദ്ധജലം. അതിലെ ഒരു തുള്ളി. അതായാൽ മതി എനിക്ക്.”

ഐയുടെ ചുവന്ന നിറമുള്ള കണ്ണുനീർ കടലാസിൽ ചിതറി.

നീണ്ട ഇടനാഴിയുടെ അറുതിയിൽ തെക്കേയറ്റമുള്ള മുറിയിൽ നിന്നിറങ്ങി പുറത്തു കാത്തുനിന്നവർക്കിടയിലേക്ക് ഐയുടെ നിഴൽ എറിഞ്ഞുകൊടുത്ത തുണ്ടുകടലാസിൽ ഇത്രമാത്രമെ എഴുതിയിരുന്നുള്ളു. അതേ വാചകത്തിൽ ഐയെക്കുറിച്ചുള്ള പുസ്തകത്തിന്റെ അവസാന അദ്ധ്യായം അവസാനിപ്പിച്ച ശേഷം ലെനൻ പുറത്തേക്കിറങ്ങി.

ദത്തു നല്കിയ ആ കുഞ്ഞിന്റെ കരച്ചിൽ അവിടെ നിറയുന്നതായി ലെനന് തോന്നി. അതേക്കുറിച്ച് ഐ പറഞ്ഞ് വിങ്ങിപ്പൊട്ടിയ ആ നട്ടപ്പാതിരയിലെ കൊടും ശൈത്യം ആ നേരത്ത് നഗരവഴിയിലും അനുഭവപ്പെട്ടു.

കോട്ടും പുതപ്പുമൊക്കെ വലിച്ചെറിഞ്ഞ് നിരത്തിലേക്ക് ഇറങ്ങിയോടുന്ന ഐക്കു പിന്നാലെ ലെനൻ ആയമെടുത്ത് നടന്നു.

ആർക്ക്

ഗോസായിടോളിയിലേക്കു കയറാൻ തുടങ്ങുമ്പോഴാണ് ഡേവിഡ് ജോർജിന്റെ ഫോൺ റിങ് ചെയ്തത്. മറുതലയ്ക്കൽ മമ്മിയുടെ പരിഭ്രമം നിറഞ്ഞ ശബ്ദം:

"മോനേ ഡേവിഡേ നമ്മുടെ വീടിന്റെ പടിയ്ക്കൽവരെ വെള്ളം വന്നു നില്ക്കുന്നു. അപ്പുറത്തെ ദാനിയലപ്പാപ്പന്റെ വീടിന്റെ പകുതിയും മുങ്ങി. കറന്റ് പോയിട്ട് ദിവസം മൂന്നായി."

ജീനയുടെ ഒക്കത്തിരുന്ന് മകൻ കെവിൻ ഡേവിഡിനെ നോക്കി. കഴിഞ്ഞ മൂന്നുനാലു ദിവസമായി നാട്ടിലെ പ്രളയവാർത്തകൾ കണ്ടും കേട്ടും ഉറക്കം നഷ്ടപ്പെട്ട ഡേവിഡ് തെരുവുതിരക്കിൽ നിന്നും മാറിനിന്നു.

"മമ്മീ എങ്ങോട്ടെങ്കിലും മാറിക്കൂടായിരുന്നോ. മാന്നാനത്തെ ബേബിച്ചായന്റെ വീട്ടിലേക്കോ ചങ്ങാനാശ്ശേരീലെ ഷീലാന്റിയുടെ വീട്ടിലേക്കോ?"

മമ്മിയുടെ മറുപടിയും അവ്യക്തമായിരുന്നു. ശബ്ദം പരിഭ്രമം നിറഞ്ഞതും.

"എങ്ങനെ പോവാനാ ഡേവിഡേ. മംഗലത്തുനിന്നുള്ള വഴിയൊക്കെ നിറഞ്ഞു കവിയുകയാ. പാണ്ടനാട്ടിൽനിന്നും ചെങ്ങന്നൂരിൽ നിന്നുമൊക്കെ രക്ഷാപ്രവർത്തകർ ആളെ മാറ്റിക്കൊണ്ടിരിക്കുന്നു. എന്തോ പറയാനാ മോനെ ദൈവത്തിന്റെ ഓരോപരീക്ഷണങ്ങളല്ല്യോ ഇതൊക്കെ!"

ഇത്രയും പറഞ്ഞതോടെ ഫോൺ കട്ടായി. കുർജ് റോഡിന്റെ അപ്പുറത്ത് ഗംഗാതടത്തിൽ കർഷകർ തലച്ചുമടായി ചോരിയും വെണ്ടയ്ക്കയും പാവയ്ക്കയുമൊക്കെ ചുമന്ന് ലോറിയിൽ കയറ്റുകയാണ്. ഗോസായിടോളയിലേക്കുള്ളത് അവിടേക്കും മണ്ടിമാർക്കറ്റിലേക്കുള്ളത്

അവിടേക്കും കൊണ്ടുപോകാനുള്ള തിരക്കിലാണ് ചടച്ചുമെല്ലിച്ച കർഷകർ.

"നിങ്ങൾ അകത്തേക്ക് നടക്ക്. ഞാനൊന്നുകൂടി മമ്മിയെ വിളിച്ച് സംസാരിച്ചിട്ട് വരാം."

ഡേവിഡ് ജീനയെ നോക്കി.

"വേണ്ട, ഒന്നിച്ചു പോയാൽമതി. കെവിൻ ഏതു നേരത്തും നിങ്ങളെ കാണണമെന്നു പറഞ്ഞ് ശണ്ഠ തുടങ്ങും. എനിക്കു വയ്യ അവന്റെ തല്ലും പിച്ചും കൊള്ളാൻ." ജീനയുടെ ശബ്ദമുയർന്നു.

"ജീനാ, നാട്ടിൽ ഭയങ്കര വെള്ളപ്പൊക്കം. നീയും കണ്ടതല്ലേ ടീവിലെ കാഴ്ചകൾ. നമ്മൾ കെവിനെ വളർത്തിയതുപോലെ താലോലിച്ചും ഓമനിച്ചും വളർത്തിയതാണ് എന്നേം എന്റെ ഡാഡീം മമ്മീം."

ഡേവിഡ് വളരെ ശബ്ദംതാഴ്ത്തി ജീനയുടെ കാതോട് മുഖം ചേർത്തു.

"നോക്ക് ഡേവിഡ്, നിങ്ങൾടെ ഡാഡിയോടും മമ്മിയോടും ഞാൻ പറഞ്ഞതല്ലേ ഇവിടംവിട്ട് പോകരുതെന്ന്. മനുഷ്യർ പെൻഷൻ പറ്റിക്കഴിഞ്ഞാൽ പേരക്കുട്ടികളേം നോക്കി അടങ്ങിയൊതുങ്ങി കഴിയണം. അതിനുപകരം നാട്ടിലെ ശുദ്ധവായു, ശുദ്ധജലം എന്നൊക്കെ പറഞ്ഞ് കെട്ടിപ്പെറുക്കിപ്പോയിട്ടിപ്പം എന്തായി. കലക്കവെള്ളത്തിൽ കിടന്ന് നീന്തിത്തുഴയുകയല്ലേ, അനുഭവിക്കട്ടെ."

ജീന കെവിനെ ഡേവിഡിന്റെ ഒക്കത്തേക്കു വെച്ചുകൊടുത്തു.

"പപ്പാ എനിക്കൊരു പോകിമോൻ വേണം."

പോക്കറ്റിൽ കിടന്ന മിഠായികളിൽ ഒരെണ്ണമെടുത്ത് കൊടുത്ത ഡേവിഡ് മകനെ ഉരുകിപ്പിടിക്കുന്ന സ്വന്തം ഹൃദയത്തോടുചേർത്ത് ഒന്നമർത്തി. കെവിൻ മധുരം നുണഞ്ഞു. കളിപ്പാട്ടക്കടയിലേക്കുള്ള അവന്റെ ശ്രദ്ധമാറി. അവൻ ചാഞ്ഞുകിടന്ന് കാലുകളിട്ടാട്ടി.

ജീന ചുരുട്ടിപ്പിടിച്ചിരുന്ന തുണ്ടുകടലാസു നിവർത്തി നോക്കി.

"ഡേവിഡ് പിടിപ്പതു സാധനങ്ങൾ വാങ്ങാനുണ്ട്. മെഡിക്കൽസ്റ്റോർ അടയ്ക്കുംമുമ്പ് എന്റെ അപ്പനും അമ്മയ്ക്കുമുള്ള മരുന്നു വാങ്ങണം. അത്താഴം കഴിഞ്ഞ് ഡ്രൈവർ കാത്തിരിക്കും. വീട്ടിലേക്കു പോകുംവഴി അതുകൊടുക്കണം."

ഡിഗയിലെ വീട്ടിലേക്കുള്ള യാത്രയ്ക്കിടയിൽ മമ്മിയെ വീണ്ടും വിളിക്കണമെന്നുറപ്പിച്ച് ഡേവിഡ് ജീനയ്ക്കു പിന്നാലെ നടന്നു. അവന്റെ മനസ്സ് നാട്ടിലെ വീട്ടിൽനിന്നും ഇറങ്ങിനടക്കാൻ കൂട്ടാക്കിയില്ല. ഓർമ്മയുടെ ഞരമ്പുകൾ മുറിഞ്ഞ് രക്തം വാർന്നുവീഴുന്ന ശബ്ദം ഉള്ളിൽനിന്നും കേൾക്കാം. എന്തോ അവിടെക്കിടന്ന് പിടച്ചു കുതറുന്നുണ്ട്.

ഫിസിക്സ് അദ്ധ്യാപകനായി സെന്റ് മൈക്കിൾസിലെത്തിയ ആദ്യ ദിവസം ഡേവിഡ് ഓർത്തു. അസംബ്ലി കഴിഞ്ഞ് ഒൻപതു ബിയിലേക്കു നടക്കുമ്പോഴാണ് എതിരെ ജീന നടന്നുവന്നത്. പരിചയപ്പെട്ടു. രണ്ടാമതു

കാണുന്നത് കുർബ്ബാനയ്ക്കിടയിൽ.

"ജീനടീച്ചർ എന്റെ സ്കൂളിലാ. ബയോളജി പഠിപ്പിക്കുന്നു." ഡേവിഡ് സഹഅദ്ധ്യാപികയെ മമ്മിക്കു പരിചയപ്പെടുത്തി.

ചെറുകെ ചിരിച്ചുകൊണ്ട് മമ്മി പറഞ്ഞു:

"നല്ല ശാന്തസ്വഭാവമുള്ള പെൺകുട്ടി. നിനക്ക് നന്നായി ചേരും."

ഡേവിഡ് ഒന്നു ചിരിക്കുക മാത്രം ചെയ്തു.

അന്നുരാത്രി ജീനയുടെ ശുഭരാത്രി നേർന്നുള്ള മെസേജ് വാട്സാപ്പിൽ ഡേവിഡ് കണ്ടു. കൈകൂപ്പുന്ന മറുപടികൊണ്ട് ജീന തൃപ്തയായില്ല. പല മെസേജുകൾ. ഒരേ സഭക്കാരായതിലുള്ള ആഹ്ലാദം. ദൈവവിശ്വാസിയായതിലുള്ള ആനന്ദം വേറെ.

മറ്റൊരു ഞായറാഴ്ച. ക്രിസ്തുമസ് കരോൾ നടന്നുകൊണ്ടിരിക്കെ ജീനയുടെ മെസേജ്.

"നമുക്ക് കല്യാണം കഴിച്ചാലോ?"

പെട്ടെന്നൊരുത്തരം പറയാനാവാതെ ഡേവിഡ് ഒന്നു പകച്ചു. പല നിറത്തിലുള്ള നക്ഷത്രങ്ങൾക്കും ക്രിസ്മസ് പാട്ടുകൾക്കും ഇടയിലൂടെ നടന്ന ഡേവിഡ് ജീനയ്ക്കരികെ ചെന്നു.

"Are you serious?" ഡേവിഡ് ചോദിച്ചു.

"ഈ മധുരം പോലെ." ജീന ലഡ്ഡു പൊട്ടിച്ചു.

അന്നുരാത്രി കിടക്കുന്നതിനു മുമ്പുള്ള പ്രാർത്ഥന കഴിഞ്ഞ് മമ്മി ഡേവിഡിന്റെ മുറിയിലേക്ക് ചെന്നു. ഭക്ഷണനേരത്ത് മകന്റെ പെരുമാറ്റത്തിൽ കണ്ട അസ്വാഭാവികത മമ്മി ശ്രദ്ധിച്ചിരുന്നു.

"എന്താ ഡേവിഡേ നമുക്കതങ്ങ് ഉറപ്പിച്ചാലോ?" മമ്മി.

"ഡാഡി സമ്മതിക്കുമോ മമ്മീ?" ഡേവിഡ്.

അവൻ മമ്മിയുടെ വിരലുകളിൽ ഞൊട്ടയിട്ടു.

"ഞാൻ സംസാരിക്കാം നിന്റെ ഡാഡിയോട്. നിന്നെക്കൊണ്ട് നാട്ടിലെത്തിയാലുടൻ കെട്ടിക്കണമെന്നാ പുള്ളിക്കാരന്റെ പ്ലാൻ." മമ്മി.

ജനാലയ്ക്കൽ നിന്ന ഡേവിഡ് അർദ്ധരാത്രിയോടടുത്ത നേരത്ത് ഡാഡിയുടെ സംസാരം കേട്ടു.

"നമ്മൾ അടുത്ത വർഷം നാട്ടിലേക്കു പോകുന്നതല്ലേ... അവിടുന്നവന് പെണ്ണുനോക്കുന്നതല്ലേ നല്ലത്?"

"അതുവേണ്ട ഇച്ചായാ. അവരൊരു സ്കൂളിലല്ലേ. നാട്ടിലേക്ക് അവനെ വിളിച്ചോണ്ടുപോയാൽ അവിടെ ജോലികിട്ടലൊന്നും അത്ര എളുപ്പമല്ല!"

മമ്മി പറഞ്ഞു.

ഡാഡി ഒന്നമർത്തി മൂളി.

"നോക്കൂ അവൻ ബീഹാറിൽത്തന്നെ നില്ക്കേണ്ടിവരും ശിഷ്ടകാലം. റെനിക്ക് സുഖമില്ലാത്തതാ. അവനെ നമ്മുടെ കണ്ണടഞ്ഞാൽ നോക്കേണ്ടത് ഡേവിഡല്ല്യോ?"

ബൈക്ക് ആക്സിഡന്റിൽ അരതൊട്ടു താഴേക്ക് തളർന്നുപോയ റെനിക്കൊപ്പമുള്ള ഒരു ഫോട്ടോയിലേക്കു നോക്കിയപ്പോൾ ഡാഡി പറഞ്ഞതാണ് ശരിയെന്ന് ഡേവിഡിനും തോന്നി. അവന് താനല്ലാതെ മറ്റാരാണുള്ളത്. ഇപ്പോൾത്തന്നെ വീൽച്ചെയറിൽനിന്നും ഇറക്കി നടത്താൻ ഇരുവശം നിന്ന് ഡാഡിയും മമ്മിയും ഒന്നിച്ചുശ്രമിച്ചാലും അതത്ര എളുപ്പമല്ല.

റെനി ഡാഡിയോടു സംസാരിച്ചത് മമ്മി പറഞ്ഞാണ് ഡേവിഡ് അറിയുന്നത്.

"നോക്കു ഡാഡി, എനിക്കുവേണ്ടി അവൻ അവന്റെ സ്വപ്നങ്ങളെന്തിനാ കെടുത്തിക്കളയുന്നത്. ആ കൊച്ചിനെ അവൻ കെട്ടട്ടെ. ബാക്കിയൊക്കെ വരുംപോലെ വരട്ടെ. നമ്മൾ കരുതുന്നതൊന്നും കർത്താവ് വിധിക്കുന്നത് മറ്റൊന്നുമാണെന്ന് തീർച്ചയല്ലേ. ഡാഡി മമ്മി പറഞ്ഞ ഡേവിഡിന്റെ കല്യാണക്കാര്യം സമ്മതിക്കണം!"

അടുത്ത ഡിസംബറിൽ ഡേവിഡ് ജീനയെ വിവാഹം കഴിച്ചു. അത്താഴം കഴിഞ്ഞ് മുറിയിലേക്ക് ജീനയ്ക്കൊപ്പം പോകുമ്പോൾ റെനി അവന്റെ പതിനെട്ടാംപിറന്നാളിന് മമ്മി കൊടുത്ത മോതിരം ജീനയ്ക്ക് സമ്മാനമായി നല്കി.

"ഇതിനി കുട്ടിയുടെ കൈവിരലിൽ കിടക്കട്ടെ."

പെട്ടെന്ന് രാംകൃപാൽ യാദവ് ഡേവിഡിനരികിലേക്ക് വന്നു. ചുവന്ന മോണകാട്ടി ചിരിച്ചു.

"സാബ് ടീച്ചറും മകനും ആ പച്ചക്കറിക്കടയിലുണ്ട്. കണ്ടാൽ ഒന്ന വിടംവരെ വേഗം ചെല്ലാൻ പറഞ്ഞു."

"എന്താ വിശേഷിച്ച്?" ഡേവിഡ് ചോദിച്ചു.

"മോൻ ഒരേ നിർബ്ബന്ധം. അവന് പപ്പയെ കാണണമെന്ന്."

ഇത്രയും പറഞ്ഞ് രാംകൃപാൽ യാദവ് ആൾക്കൂട്ടത്തിലേക്ക് നടന്നു മറഞ്ഞു. എന്നും പുലർച്ചെ പശുവുമായി വീടിന്റെ മുന്നിലെത്താറുള്ള മനുഷ്യൻ. പാൽ കറന്ന് അതതുദിവസത്തെ കാര്യംവാങ്ങി അയാളും ഭാര്യയും പരസ്പരം വേർപെടുത്താനാവാത്തത്ര ചേർന്ന് നടന്നുപോകുന്നതാണ് ഡേവിഡ് അപ്പോൾ ഓർത്തത്. രാംകൃപാൽ യാദവ് ചൂണ്ടിക്കാണിച്ച ഷോപ്പിലേക്ക് തിടുക്കത്തിൽ നടക്കുമ്പോൾ ഡേവിഡ് പലതവണ മമ്മിയുടെയും ഡാഡിയുടെയും നമ്പരുകളിലേക്ക് മാറിമാറി വിളിച്ചു.

കല്യാശ്ശേരിയിലെ അമ്മാവന്റെ മകൻ ജിബിനെയും ചിങ്ങവനത്തെ അലോഷ്യസ് അങ്കിളിനെയും ഡേവിഡ് വിളിച്ചുനോക്കി. ഒരു നമ്പരും കിട്ടുന്നുണ്ടായിരുന്നില്ല. ഡേവിഡ് നഖം കടിച്ചുകൊണ്ട് ആൾത്തിരക്കിനിടയിലൂടെ എരിഞ്ഞുകൊണ്ട് നടന്നു.

ജീനയുടെ എളിയിൽനിന്നും കെവിൻ ഒറ്റകുതിപ്പിന് ഡേവിഡിന്റെ ഒക്കത്തേക്ക് കയറി. വീട്ടിലേക്ക് വിളിക്കണമെന്ന ചിന്ത മാത്രമേ ഉണ്ടാ

യിരുന്നുള്ളൂ അപ്പോൾ ഡേവിഡിന് മനസ്സിൽ.

"ജീനാ ഇന്നത്തെ പർച്ചേസ് ഒന്നു മതിയാക്കിക്കൂടേ. എനിക്ക് എന്റെ വീട്ടിലേക്ക് വിളിക്കണം. അവർക്കെന്തുപറ്റി എന്നറിയണം."

ഡേവിഡ് പറഞ്ഞുതീരുംമുമ്പ് ജീന എടുത്തടിച്ചതുപോലെ മറുപടി പറഞ്ഞു.

"ഇല്ല, എനിക്കിനി ഒരിക്കൽക്കൂടി ഇനിയുള്ളതൊക്കെ വാങ്ങാൻ ഇറങ്ങിനടക്കാൻ വയ്യ. നിങ്ങൾ എന്റെ വീട്ടിലേക്ക് കൊച്ചിനേംകൊണ്ട് വേണമെങ്കിൽ പൊയ്ക്കോ. ഞാൻ എല്ലാം വാങ്ങിക്കഴിഞ്ഞ് തിരിച്ചു വന്നോളാം."

"അപ്പോൾ നിന്റെ പേരന്റ്സിന്റെ മരുന്നോ?"

ഡേവിഡ് ചോദിച്ചു.

"അത് ഞാൻ നോക്കിക്കൊള്ളാം. you don"t bother it."

ജീന ബിഗ്ഷോപ്പറുമായി നടന്നു.

ഗോൽഘറിലേക്കു പോകുന്ന മലയാളി വിനോദ സംഘം. അവർ ആർത്തുല്ലസിച്ച് ഗംഗാതടത്തിലേക്ക് പോകുകയാണ്. നാട്ടിലെ വെള്ള പ്പൊക്കത്തെക്കുറിച്ച് അവരോട് ചോദിച്ചാലോ? ഡേവിഡ് കെവിനെയു മെടുത്ത് ആ സംഘത്തിനൊപ്പമെത്താൻ വേഗം നടന്നു. കൂട്ടത്തിൽ ഏറ്റവും പിന്നിൽ തടിച്ച ഒരു മനുഷ്യൻ. അയാളാണ് യാത്രാക്കാരെ നയിച്ചിരുന്നതും വേണ്ട നിർദ്ദേശങ്ങൾ നല്കിക്കൊണ്ടിരുന്നതും. സ്വയം പരിചയപ്പെടുത്തിയശേഷം ഡേവിഡ് ചോദിച്ചു:

"സർ, എന്റെ നാട് പാണ്ടനാടിനടുത്ത് മംഗലത്താണ്. ഡാഡിയും മമ്മിയും ചേട്ടനും വല്യമ്മച്ചിയുമൊക്കെ അവിടെ വീട്ടിലുണ്ട്. വെള്ളപ്പൊ ക്കത്തിൽ അവർ രക്ഷപ്പെട്ടിട്ടുണ്ടാകുമോ? ഫോൺ കിട്ടുന്നില്ല. എന്തെ ങ്കിലും വിവരം അറിയുമോ അവിടങ്ങളെക്കുറിച്ച്."

ഒറ്റശ്വാസത്തിൽ ഡേവിഡ് പറഞ്ഞു നിർത്തി. ചിരിച്ചുകൊണ്ടാ യിരുന്നു സംഘത്തലവന്റെ മറുപടി.

"എന്നാ പറയാനാ ഡേവിഡ്, നിങ്ങൾ പറഞ്ഞ സ്ഥലങ്ങളൊക്കെ വെള്ളത്തിന്റടീലാ. രക്ഷപ്പെട്ടാൽ രക്ഷപ്പെട്ടെന്നു പറയാം. ഞങ്ങളൊക്കെ തിരുവല്ലയിലും കുമ്പനാട്ടും റാന്നീലുമൊക്കെയുള്ളോരാ. വെള്ളം കയറുമെന്നുറപ്പായപ്പോൾ പെട്ടെന്ന് പത്ത് ദിവസം കേരളം വിടാൻ തീരു മാനിച്ചതാ ഞങ്ങൾ. അതുകൊണ്ട് ജീവൻ മിച്ചംകിട്ടി. എന്റേം ഇക്കൂട്ടത്തിൽ പലരുടേം വീടും പറമ്പും വെള്ളത്തിന്റടീലാ. മിക്കവർക്കും എറണാകുളത്തും കോട്ടയത്തുമൊക്കെ ഫ്ലാറ്റുള്ളതുകൊണ്ട് ചെല്ലു മ്പോൾ കേറിക്കിടക്കാൻ പാടുപെടേണ്ടി വരില്ല." അയാൾ ഒരു സിഗരറ്റ് കൊളുത്തി. പിന്നീടൊന്നും ചോദിക്കാൻ ഡേവിഡിനു തോന്നിയില്ല.

ടാക്സി വിളിച്ച് ഡേവിഡ് വീട്ടിലേക്കുള്ള വഴി പറഞ്ഞു. പരിചിതവും അപരിചിതവുമായ വഴികളിലൂടെ കടന്നുപോയപ്പോൾ ജിജ്ഞാസയോടെ കെവിൻ പുറത്തേക്കു നോക്കി. പ്രളയത്തിന്റെ നിലവിളികൾ എവിടെ

നിന്നൊക്കെയോ ഉയരുംപോലെ. ആരുടെയൊക്കെയോ അമർത്തിപ്പിടിക്കാനാവാത്ത കരച്ചിൽ.

അന്നുരാത്രി ജീനയോട് സംസാരിക്കാൻ കഴിഞ്ഞില്ല. ഭാര്യ ഭക്ഷണമെടുത്തു വിളിച്ചെങ്കിലും ഡേവിഡ് സോഫയിൽ നിന്നും എണീക്കാൻ കൂട്ടാക്കിയതുമില്ല.

പാതിരാ കഴിഞ്ഞനേരം. നെഞ്ചിൽ കിടന്നുറങ്ങിയ കെവിനെ ജീന വലിച്ചിഴച്ച് ശകാരിച്ച് താഴത്തെ നിലയിലെ കിടപ്പുമുറിയിലേക്കു പോകുന്നതു കണ്ടിട്ടും ഡേവിഡ് ഒരക്ഷരം ഉരിയാടിയില്ല.

തിരിഞ്ഞും മറിഞ്ഞും കിടന്ന് നേരം പുലർന്നു. ടെലിവിഷനിൽ നാട്ടിലെ പ്രളയ ദൃശ്യങ്ങളിലേക്കു നോക്കിയിരുന്ന ഡേവിഡ് കണ്ടത് തന്റെ വീടിന്റെ ഒന്നാം നില വരെ പൊങ്ങിയൊഴുകുന്ന കലങ്ങിമറിഞ്ഞ വെള്ളമാണ്. ആഞ്ഞാഞ്ഞ് തുഴഞ്ഞെത്തുന്ന ബോട്ടുകളും വള്ളങ്ങളും. അവയിൽ പ്രാണൻ തിരിച്ചുകിട്ടിയ മനുഷ്യരുടെ വിവശമായ മുഖങ്ങൾ. ഒരു വീടിന്റെ ഒന്നാം നിലയിലേക്കെത്തുന്ന രക്ഷാപ്രവർത്തകരായ മത്സ്യത്തൊഴിലാളികൾ. മറ്റൊരിടത്ത് കുഞ്ഞിനെ തിരഞ്ഞ് അലമുറയിട്ടു കരയുന്ന ഒരമ്മ. ഇടിഞ്ഞമരുമെന്നു തോന്നിക്കുന്ന ഒരു വീടിന്റെ മേൽക്കൂരത്തുമ്പിൽ ഒരു നായയും പൂച്ചയും ശണ്ഠയില്ലാതെ...

ഡേവിഡ് ടി വി ഓഫാക്കി. ഇരുന്നയിരുപ്പിൽ നിന്ന് ചാടിയെണീറ്റ ഡേവിഡ് അകത്തേക്ക് ചെന്നു. ജീന പ്രഭാതഭക്ഷണം ഒരുക്കുകയാണ്. തന്റെ ഉള്ളുരച്ചിലിനെക്കുറിച്ച് അന്വേഷിക്കാതിരിക്കുകയും യാതൊരു പ്രാധാന്യവും അതിനു നല്കാതിരിക്കുകയും ചെയ്യുന്ന ജീനയുടെ മുഖത്തേക്കു നോക്കാൻ തോന്നിയില്ല.

"അവളുടെയൊരു തീറ്റേം കുടീം!"

ഡേവിഡ് വീണ്ടും വരാന്തയിലേക്കിറങ്ങി. മഴ അലച്ചാർത്ത് പെയ്യുന്നു. അടുത്തുള്ള വീടുകളിൽ നിന്നും പരിഭ്രമം നിറഞ്ഞുകവിഞ്ഞ മനുഷ്യർ പുറത്തിറങ്ങുകയാണ്. അവരിൽ ചിലർ ആകാശത്തേക്കു നോക്കിനില്ക്കുന്നു. ചിലർ കുടയുമായി നിറഞ്ഞൊഴുകിത്തുടങ്ങിയ ഗംഗാതടത്തിലേക്കു നടക്കുകയാണ്. പിന്നിൽ വന്നുനിന്ന കെവിനെ ചേർത്തുപിടിച്ച് ഡേവിഡ് മമ്മിയുടെ നമ്പരിലേക്ക് വീണ്ടും വിളിച്ചു. സ്വിച്ച് ഓഫാണെന്ന മറുപടി മാത്രം നിരന്തരം കേട്ടുകൊണ്ടിരുന്നു.

"ഭക്ഷണം റെഡി."

ജീന യാതൊന്നും സംഭവിക്കാത്ത മട്ടിൽ മുന്നിൽ വന്നുനിന്നു. എന്താണ് പറയേണ്ടതെന്നറിയാതെ ഡേവിഡ് തീൻമേശയിലേക്ക് കെവിനെയുമെടുത്ത് നടന്നു. വിശേഷദിവസങ്ങളിൽ ഉണ്ടാക്കാറുള്ള മട്ടൻ സ്റ്റൂവും പാലപ്പവും കഴിക്കാൻ ഡേവിഡിനു തോന്നിയില്ല. കെവിനെ അവന്റെ കുഞ്ഞൻ കസേരയിലിരുത്തി ഭക്ഷണം വിളമ്പി നല്കിയ ശേഷം ഡേവിഡ് ഒരു ഗ്ലാസ് ജീരകവെള്ളവുമായി ബാൽക്കണിയിലെത്തി.

"എന്താ ഡേവിഡ് ബ്രേക്ക് ഫാസ്റ്റ് കഴിക്കുന്നില്ലേ?"

ഭാര്യയെ ഒന്നു നോക്കുകമാത്രം ചെയ്ത ഡേവിഡ് വരാന്തയിൽനിന്ന് പുറത്തേക്കു നോക്കി.

നാട്ടിൽനിന്നുള്ള ജിബിന്റെ ഫോൺ

"ഡേവിഡ് വേഗം പുറപ്പെടണം. ഇവിടെ നീ കേൾക്കാൻ ആഗ്രഹിക്കാത്ത ചിലതാണ് സംഭവിച്ചുകൊണ്ടിരിക്കുന്നത്."

"ജിബിൻ നീ തുറന്നു പറ. എന്താ എന്താ ഉണ്ടായേ?" ഡേവിഡ്.

"നിന്റെ ഡാഡിയും റെനിയും വല്യമ്മച്ചിയും...."

ജിബിന്റെ ശബ്ദം ആകെ പകച്ചിരുന്നു.

"എന്താ ജിബിൻ എന്താ നീ.....?"

ഡേവിന്റെ ശബ്ദം ഉച്ചത്തിലായി.

"നീ എത്രയും വേഗം വണ്ടികേറണം. ബോഡി മോർച്ചറിയിൽ സൂക്ഷിച്ചിട്ടുണ്ട്." ഇത്രയും പറഞ്ഞതോടെ ജിബിന്റെ ഫോൺ കട്ടായി. പലതവണ വിളിച്ചെങ്കിലും പിന്നെ അവന്റെ ഫോണോ പരിചിതരായ ആരുടേയും ഫോണുകളോ ശബ്ദിച്ചില്ല.

രാത്രി പതിവിലേറെ ഇരുണ്ടു കുമിഞ്ഞു. ഒരു നിലവിളികേട്ടാണ് ഡേവിഡ് കണ്ണുതുറന്നത്. അകലെനിന്നും ഓടിവരുന്ന രാംകൃപാൽ യാദവ്. അയാളുടെ കൈയിൽ പതിവായി കറവയ്ക്കു കൊണ്ടുവരുന്ന പശുവും കിടാവും. അയാൾക്കെതിരെയും പിന്നിലും മുന്നിലുമൊക്കെ സമീപവാസികളായ സ്ത്രീപുരുഷന്മാർ ആർത്തലച്ച് ചിതറിയോടുന്നു. എന്താണുണ്ടായതെന്നറിയാതെ ഡേവിഡ് വീടിന്റെ പടവുകളിറങ്ങി താഴേക്കോടി. എതിരെവന്ന രാംകൃപാൽ യാദവ് പരവശനായി വീടിന്റെ ഗേറ്റ് തള്ളിത്തുറന്ന് അകത്തേക്കു വന്ന് കിതച്ചു നിന്നു.

"അതെ സാബ്, ഗംഗ കവിഞ്ഞു. ഗോസായിടോളയും ഡിഗയുമൊക്കെ മുങ്ങിക്കഴിഞ്ഞു. ഇവിടേക്ക് എനിക്കുപിന്നാലെ വെള്ളപ്പെരുപ്പം ഇരച്ചെത്തിക്കൊണ്ടിരിക്കുന്നു!"

നെഞ്ചത്തടിച്ചു കരഞ്ഞുകൊണ്ട് രാംകൃപാൽ യാദവ് നിലത്തേക്കിരുന്നു. അയാൾക്കുതൊട്ടുപിന്നാലെ നാഗഫണം പോലുയർന്ന ജലസർപ്പങ്ങൾ. പശുവും കിടാവും രാംകൃപാൽ യാദവും ഒലിച്ചുപോകുന്നതാണ് ഡേവിഡ് പിന്നീട് കണ്ടത്.

ഓടിക്കിതച്ച് വീട്ടിലേക്ക് തിരിച്ചെത്തിയ ഡേവിഡ് പകച്ചുനിന്നു. പെരുക്കവെള്ളം തിളച്ചിറങ്ങിപ്പോകുന്ന അടുക്കളയും അകമുറികളും. ഫ്രിഡ്ജും വാഷിങ്മെഷീനും അലമാരകളും നിലപൊത്തി കിടക്കുന്നു. അതിനിടയിലുടെ കെവിനെയും ജീനയെയും തിരഞ്ഞുനടന്ന ഡേവിഡിന് അവസാനമായി ജലത്തിലേക്കു താഴുന്നതുവരെ അവരെ കണ്ടെത്താനായില്ല. ഉണർന്നപ്പോൾ ചോരിനിറച്ച ഒരു ലോറിക്കുള്ളിൽ മൂന്നു ജഡങ്ങൾക്കിടയിലാണ് ഡേവിഡിന് സ്വയം കാണാനായത്.

മരണാനന്തരച്ചടങ്ങുകൾ കഴിഞ്ഞ് ജലം നക്കിയെടുത്തു കടന്നു

പോയ വഴികളിലൂടെ നടന്ന് ഡേവിഡ് പാട്ന റെയിൽവേ സ്റ്റേഷനിലെത്തി. പിന്നീട് രാപ്പകലുകൾ കടന്നുപോകുന്നതൊന്നും ഡേവിഡ് ശ്രദ്ധിച്ചില്ല.

ചെങ്ങന്നൂരിൽ തീവണ്ടിയിറങ്ങി ജിബിനൊപ്പം വീട്ടിലേക്കു പോകുമ്പോൾ മരിച്ചവരുടെ മണമായിരുന്നു ചുറ്റും. ചെളിവെള്ളം ചവിട്ടി വീട്ടിലെത്തുമ്പോൾ മമ്മി വാതില്ക്കൽ ചാറ്റമഴയിലേക്കു നോക്കിനില്ക്കുന്നു. മുന്നിൽ ചെന്നുനിന്ന് വിളിച്ചിട്ടും നെഞ്ചിലേക്ക് അമർന്നിട്ടും മമ്മി യാതൊരു പ്രതികരണവുമില്ലാതെ ഒരേ നില്പു നില്ക്കുകയാണ്.

"മോനെ റെനീ വാ നീ വന്ന് ചോറ് തിന്ന്. വിശക്കുന്നില്ലേ നിനക്ക്?"

ഉരുട്ടിയ ഉരുള ഇറക്കാനാവാതെ ഡേവിഡ് മമ്മിയെത്തന്നെ നോക്കിയിരുന്നു."

ആർക്ക് - നോഹയുടെ പെട്ടകം.

രാമായണം

രാമക്കുറുപ്പിന് മരിക്കുംമുമ്പ് ഒരാഗ്രഹം മാത്രമേ ഉണ്ടായിരുന്നുള്ളു. തന്റെ മകൾ ശ്യാമളയും മറ്റ് അഞ്ച് മക്കളും വൈദ്യുതിവിളക്കിന്റെ കീഴിലിരുന്ന് ഗൃഹപാഠം ചെയ്യുന്നതു കാണണം.

ഒരുനാൾ റേഷൻ കാർഡുമായി രാമക്കുറുപ്പ് തൊട്ടടുത്ത ഇലക്ട്രിസിറ്റി ഓഫീസിലേക്ക് ചെന്നു. പരിചയക്കാരനാണ് അവിടെയുള്ള ഏക ജീവനക്കാരൻ. കണ്ടു കാര്യംപറഞ്ഞ രാമക്കുറുപ്പിനോട് അയാൾ പറഞ്ഞു: "കർക്കിടകം കഴിയട്ടെ. ഒരു വഴിയുണ്ടാക്കാം."

കറന്റും കർക്കിടവും തമ്മിലെന്ത് ബന്ധമെന്ന് രാമക്കുറുപ്പിന് പിടികിട്ടിയില്ല.

കർക്കിടകം കഴിഞ്ഞ് ചിങ്ങമായി. രാമക്കുറുപ്പ് വീണ്ടും റേഷൻ കാർഡുമായി പുറപ്പെട്ടു.

ഇലക്ട്രിസിറ്റിയാഫീസിൽ പഴയ ജീവനക്കാരൻ മാറി പുതിയ ആൾ വന്നിരുന്നു. അയാളെക്കണ്ട് രാമക്കുറുപ്പ് കാര്യം പറഞ്ഞു.

മുറുക്കി ചുവപ്പിച്ച വൈദ്യുതൻ രാമായണം ബാലകാണ്ഡത്തിലെ ചില വരികൾ ഉദ്ധരിച്ച ശേഷം പറഞ്ഞു:

"കുറുപ്പേ ഓണം കഴിയട്ടെ. നമുക്കൊരു വഴിയുണ്ടാക്കാം."

കാലം പിന്നെയും കഴിഞ്ഞു.

കർക്കിടകവും ഓണവും വിഷുവും കാർത്തികയും കഴിഞ്ഞു. രാമക്കുറുപ്പിന്റെ മക്കളിൽ ചിലർ തോറ്റു. ചിലർ ജയിച്ചു.

ആ പഴയ വീട് ഇന്നവിടെയില്ല. അതിനു മേലേകൂടി പോയ ലൈൻകമ്പികളിൽ നിറയെ കാക്കകൾ.

രാമക്കുറുപ്പിനെ അടക്കിയ മണ്ണിൽ ഒരു ചെന്തെങ്ങ്. അതിൽ വന്നിരുന്ന ഒരു കാക്ക മറ്റൊരു കാക്കയോട് ചോദിച്ചു:

"നീ അറിയുമോ ഈ രാമക്കുറുപ്പിനെ?"

"അറിയും. കറന്റ് വെട്ടത്തിരുന്ന് മക്കൾ പഠിക്കുന്നതു കാണണമെന്നാഗ്രഹിച്ച പാവം മനുഷ്യൻ. നമുക്ക് രണ്ടുപേർക്കും അയാളുടെ ആഗ്രഹം സാധിച്ചു കൊടുക്കാൻ കഴിഞ്ഞില്ല!"

ആരോ കൈകൊട്ടിയതു കേട്ട കാക്കകൾ അങ്ങോട്ടു പറന്നു പോയി.

അമ്മിണിക്കുട്ടി

പശു തലയാട്ടി. മണികിലുക്കി. വയ്യാങ്കര ചന്തേൽ വെച്ച് വില പേശി വിലപേശി ഒടുവിൽ മുപ്പത്താറായിരം രൂപയ്ക്ക് കച്ചോടം ഉറപ്പിക്കുകയായിരുന്നു.

ഏനാത്തുകാരൻ കരുണാകരൻ പിള്ള കയറഴിച്ച് ബഷീർ കരുതിയിരുന്ന പുതുപുത്തൻ കയർ പശുവിന്റെ കഴുത്തിൽ കെട്ടി. പേശിയുറപ്പിച്ച കാശ് കിഴക്കുപടിഞ്ഞാറു നിന്ന് കൈമാറ്റം ചെയ്തു.

".... ഈ മണി ഞാൻ അഴിച്ചെടുക്കുന്നില്ല ബഷീറേ. വീട്ടിൽ കൊണ്ടുചെന്ന് കഴുക്കോലിലോ മോന്തായത്തോ കെട്ടിയിട്ടാൽ കാറ്റിൽ ഇടയ്ക്കും മുറയ്ക്കും അത് ശബ്ദമുണ്ടാക്കും. എന്റെ ഉറക്കം ഇല്ലാതാകും." കരുണാകരൻപിള്ള പശുവിന്റെ കടുക്കനിട്ട ചെവിയിൽ തലോടി.

"പിന്നെന്തോത്തിനാ ഇതിനെ വില്ക്കാൻ കൊണ്ടുവന്നേ?" ബഷീർ.

"വേറെ പോംവഴിയൊന്നും ഇല്ലാത്തതുകൊണ്ടാ..." കൂടുതലൊന്നും പറയാതെ കാശെണ്ണി തിട്ടപ്പെടുത്തി മടീൽ തിരുകിവെച്ച് കരുണാകരൻപിള്ള തെക്കോട്ടു നടന്നു.

പെട്ടെന്ന് പശുവിന്റെ മട്ടുമാറി. തലയൊന്ന് വെട്ടിക്കുടഞ്ഞ് ഒരൊറ്റയെറ്റ്. കയറ് പൊട്ടി. മണികിലുക്കി, കൊമ്പുകുലുക്കി പശു കരുണാകരൻപിള്ള പോയ വഴിയിലൂടെ വെച്ചടിച്ചു. അന്തംവിട്ടു നിന്നുപോയി ബഷീർ. എന്താണ് ചെയ്യേണ്ടതെന്ന് ഒരെത്തുംപിടിയും കിട്ടിയില്ല. കൊടുത്ത കാശ് വയറ്റത്തടിക്കുമെന്നു തോന്നിയ നിമിഷം.

പശു തോന്നിയ വഴിക്കു പോയാൽ; കരുണാകരൻ പിള്ളയെ കണ്ടുപിടിക്കാനായില്ലെങ്കിൽ; കണ്ടെത്താനായാൽത്തന്നെ അയാൾ കൈ

മലർത്തിക്കാണിച്ചാൽ – ഇങ്ങനെയുള്ള വിവിധ ചിന്തകൾ മനസ്സിൽ കുമിഞ്ഞുവന്നു.

ദുബായീന്ന് അനസും ആബിദും മാസാമാസമയയ്ക്കുന്ന കാശിൽ നിന്ന് മിച്ചംപിടിച്ചാണ് കഷ്ടിച്ച് അത്രയും കാശ് സംഘടിപ്പിച്ചത്. മുപ്പത്താറായിരം രൂപ കടലിൽ കായം കലക്കിയതുപോലാകുമോ എന്നു തോന്നിയതോടെ വയറ്റിൽ വല്ലാത്തൊരുരുണ്ടുകേറ്റം.

കടുപ്പത്തിലൊന്ന് മുറുക്കി. കനത്തിലൊരു പുകയില ഞെട്ട് അണയിൽ തിരുകിക്കയറ്റുകയും ചെയ്തു. ലഹരിയുടെ നൂറ് ഞരമ്പിലൂടെ തലയ്ക്കുള്ളിലേക്ക് ഇരമ്പിയൊഴുകി. ഇടക്കൊല്ല്യാൻ കണ്ണഞ്ചിപ്പിക്കുംവിധം കടന്നുവന്ന് നടുക്കമുണ്ടാക്കുകയും ആകാശമാർഗ്ഗത്തിൽ തട്ടിൻ പുറക്കേൾവിപോലെ ഉരുണ്ടുനടക്കുകയുമാണ്.

അധികനേരമായില്ല, കോലേലി നാറാപിള്ള കന്നാലിക്കൂട്ടങ്ങൾക്കിടയിലൂടെ നടന്ന് മുന്നിൽ വന്നുനിന്നു. എന്തോ പന്തികേടുണ്ടെന്ന് തീർച്ച. അല്ലെങ്കിൽ മല ഇടിഞ്ഞുവരുന്നെന്നു കേട്ടാലും എളക്കമില്ലാതെ നില്ക്കുന്ന ആളാണ്. സ്വന്തം പുര കത്തുന്നതു കണ്ടപ്പോഴും പുതിയതൊന്ന് പണിയാൻ ദൈവം വഴികാണിച്ചുതരുമെന്ന് സമാധാനിച്ച പാവത്താൻ. പശു പോയ വഴിയിലേക്കു നോക്കി പിള്ളേ എന്നു ബഷീർ വിളിക്കും മുമ്പ് നാറാപിള്ള പറഞ്ഞു:

"എടോ, പശുനെ പറക്കോടൻ സാമീടെ നെയ്യപ്പക്കടേടെ തൂണേൽ കെട്ടീട്ട് പിള്ളാച്ചൻ തന്നെനോക്കി നില്ക്കുന്നു. താൻ വെക്കം അങ്ങോട്ട് ചെല്ല്."

വാണംവിട്ട പോലെ ബഷീർ നെയ്യപ്പക്കടേടെ മുന്നിലേക്ക് നടന്നു. യാതൊന്നും സംഭവിക്കാത്ത മട്ടിൽ ഇടതുകയ്യിൽ പുഴുങ്ങിയ മുട്ടയും വലതുകയ്യിൽ ആവി പറക്കുന്ന കട്ടൻകാപ്പിയുമായി കരുണാകരപിള്ള. ഉടുപ്പിന്റെ പോക്കറ്റിൽ പെടപെടയ്ക്കുന്ന നൂറിന്റെ നോട്ടുകൾ. തൊട്ടരികെ തലതാഴ്ത്തി, ദേഹത്തു വന്നിരുന്ന ഈച്ചകളെ വാലാട്ടിപ്പായിച്ച് നില്ക്കുന്ന പശു. പുത്തൻ ഉടമയുടെ കാലൊച്ച കേട്ടതുകൊണ്ടോ മണമറിഞ്ഞിട്ടോ ചന്തി തിരിഞ്ഞുനിന്ന പശു കൊമ്പുകുലുക്കാനും കുതറാനും തുടങ്ങി. കരുണാകരപിള്ള മുട്ടയുടെ കരുവും അകത്താക്കി. തുടർന്ന് കലിച്ച് പശുവിനടുത്തേക്ക് നടന്നു.

"വേണ്ട പിള്ളേ തല്ലണ്ട" ബഷീർ.

"അതെന്തോന്ന് പറച്ചിലാ എന്റെ ബഷിറേ. താൻ പൊളപൊളപ്പൻ നോട്ടെണ്ണിത്തന്ന് വാങ്ങിയതല്ല്യോ ഇവളെ. എന്നിട്ട് കയറുമാറ്റം കഴിഞ്ഞ് കണ്ണടച്ചുതുറക്കുംമുമ്പ് ഒടേനോടൊരു നന്ദി കാട്ടാതെ വിറ്റുമാറിയ എന്റെ പിന്നാലെ കയറുപൊട്ടിച്ച് കുതറി വന്നാലോ? അതെവിടുത്തെ ന്യായമാടോ?" കരുണാകരൻപിള്ള തലേൽക്കെട്ടഴിച്ചു കുടഞ്ഞും കണ്ണമർത്തിയടച്ചും തെക്കുവടക്കുനടന്ന് അക്ഷമനായി.

"സാരമില്ലെടോ പിള്ളേ. താൻ അവളെ കാര്യംപറഞ്ഞ് മനസ്സിലാക്ക്. അല്ലാതെ ഞാൻ ഇവളെ തെളിച്ചു കൊണ്ടുപോയിട്ടെന്താ

കാര്യം? കച്ചീം വെള്ളോമൊന്നും തൊടാതെ ഇവൾ എടങ്ങേറെടുത്തു നിന്നാൽ തേമ്പിത്തിരിഞ്ഞു പോകത്തേയുള്ളു. മൊടക്കിയ കാശിന്റെ നാലിലൊന്നിന് ഇവിടെത്തന്നെ കൊണ്ടുവന്ന് വിറ്റൊഴിയേണ്ടിവരും. താൻ അലങ്കോലമുണ്ടാക്കാതെ അവൾക്ക് സംഗതി മാനം മര്യാദയ്ക്ക് പറഞ്ഞുകൊടുക്ക്."

പിള്ള പശുവിന്റെ ചെവിക്കടുത്ത് എന്തൊക്കെയോ കുശുകുശുത്തു നിന്ന നേരംകൊണ്ട് ബഷീർ രണ്ട് ഏത്തപ്പഴവും സുലൈമാനിയും അകത്താക്കി. മനുഷ്യരോടൊരു കാര്യം പറഞ്ഞ് മനസ്സിലാക്കാൻ എടുക്കുന്ന നേരമാകുംമുമ്പ് പിള്ള അടുത്തേക്ക് വന്നു. ഒന്നുകൊണ്ടും വിഷമിക്കണ്ട, എല്ലാം പറഞ്ഞുകൊടുത്തിട്ടുണ്ടെന്ന മട്ടായിരുന്നു ആളിന്.

"സ്നേഹം കൂടുമ്പം അമ്മിണിക്കുട്ടീന്ന് വിളിക്കും. ആ വിളികേട്ടാൽ കെട്ടുവട്ടത്തിനുള്ളിലാണ് ഞാൻ നില്ക്കുന്നതെങ്കിൽ അരമുള്ള നാക്കുകൊണ്ട് നക്കിയെന്റെ കൊണംവരുത്തും. കാലിന്റെ പൊന്തയിലും കൈവിരലിലുമൊക്കെ നക്കോടു നക്ക്."

കരുണാകരൻപിള്ള ഒച്ചത്തിൽ ചിരിച്ചു.

ചൊറിതനം ചുറ്റിയ മട്ടിലായിരുന്നു അമ്മിണിക്കുട്ടിയുടെ നില്പ്. അവൾ മറ്റാരേയും നോക്കിയില്ല. പിള്ളയുടെ കാലുകളിൽ മുട്ടിയുരുമ്മി, ഇടയ്ക്കിടെ മണികിലുക്കി ചുറ്റിക്കറങ്ങി. ചെറുതായൊന്നമറി.

"അല്ല പിള്ളേ, ഞാനൊറ്റയ്ക്കുവേണ്ടേ ഇതിനേംകൊണ്ട് പത്തിരുപത്താറുനാഴിക തിരിച്ചു നടക്കാൻ. പോകുംവഴി കുന്നും എറക്കോം കേറ്റോം കൊളോമൊക്കെയുണ്ട്. ഇടയ്ക്ക് ഇവൾ ഇവൾടെ തനിക്കൊണം കാണിച്ചാലോ? എന്നെ തള്ളി വെള്ളക്കെട്ടിലേക്കിട്ടാലോ? വല്ല മരത്തിലും ചാരി നിർത്തി നാവി കുത്തി കലക്കിയാലോ?" ബഷീറിന്റെ ശബ്ദത്തിൽ ഭയത്തിന്റെ ഉറവപൊട്ടി.

"ഞാനെന്തോന്ന് വേണമെന്നാ....?" പിള്ളയ്ക്ക് ചിരിവന്നു.

"കരുണാകരപിള്ള കാര്യം പറഞ്ഞ് മനസ്സിലാക്കണം. അല്ലേൽ തന്ന കാശ് കയ്യോടിങ്ങ് തിരിച്ചുതന്നേക്ക്. കന്നാലിക്കച്ചോടം ഇന്നോ ഇന്നലെയോ തുടങ്ങിയതല്ലല്ലോ നമ്മൾ. പാലുത്തറേലേം പറയങ്കളത്തേം ചന്തേല് നോക്കി മടുത്തിട്ടാ ഞാൻ വയ്യാങ്കരയ്ക്ക് വെച്ചടിച്ചേ."

"താൻ പറഞ്ഞുവരുന്നത് നല്ല പെടപെടയ്ക്കുണമെന്നാണോ?" പിള്ള.

"എന്നു ഞാൻ പറയില്ല." ബഷീർ.

ഒരു കാറ്റ് ഗോഗന്ധവുമായി പടിഞ്ഞാട്ടുപറന്നു.

നല്ല അമ്പോറ്റിയൊരു പുള്ളിപ്പശുവുമായി കറ്റാനംശാന്ത തൊട്ടുമുന്നിലൂടെ നടന്നുവന്നു.

"കൊച്ചാട്ടാ, ഇവളെ വീണ്ടും വിറ്റോ? കയറൊഴിഞ്ഞ് വീടെത്തുമ്പോഴേക്കും അമ്മിണി പുല്ലട്ടിൽ നിന്ന് പോച്ചതിന്നും."

കറ്റാനം ശാന്തയുടെ ക്ണാപ്പുവർത്താനം തുടരാതിരിക്കുന്നതിനും മറ്റാരും അത് കേൾക്കാതിരിക്കുന്നതിനും കരുണാകരൻ പിള്ള ആഞ്ഞുചുമച്ചു. കന്നാലിയുടെ കണ്ണിൽ നോക്കി അകിടിന്റെ മെച്ചം പറയുന്ന ശാന്ത അമ്മിണിക്കുട്ടിയുടെ കാലിന്നിടയിലേക്ക് കണ്ണുപായിച്ചു.

“മൊന്തനെറയ്ക്കും!” ശാന്ത പറഞ്ഞു.

“ശാന്തേ, നീ ചെല്ല്. ചനയേല്ക്കാത്ത ഉരുക്കളെ കള്ളംപറഞ്ഞ് വിറ്റ് നിന്നെപ്പോലെ കന്നന്തിരിവ് കാണിക്കുന്നില്ലല്ലോ ഞാൻ. അമ്മിണിക്കുട്ടിയുടെ കാര്യം എനിക്ക് വിട്ടേക്ക്.” കരുണാകരപിള്ള.

ബഷീറിന് സംഗതി പിടികിട്ടി. സംഭവിച്ചിട്ടുള്ളതും സംഭവിക്കാൻ ഇടയുള്ളതുമായ കാര്യങ്ങളെക്കുറിച്ച് ഏതാണ്ടൊരു ധാരണയുമായി. കറ്റാനം ശാന്ത പറഞ്ഞതിന്റെ അർത്ഥം ചങ്ക് തകർക്കുന്നതാണ്.

കൈമടക്കിൽ നിന്നെടുത്ത സിഗരറ്റ്കൂടിന്റെ ഗിൽറ്റ് പേപ്പറിൽ എഴുതിയ കരുണാകരപിള്ളയുടെ മേൽവിലാസം ഒരിക്കൽക്കൂടി ബഷീർ നോക്കി.

“ഇവളായിട്ട് എന്തെങ്കിലും പ്രശ്നമുണ്ടാക്കിയാൽ താനെനിക്കൊരു കമ്പിയടിക്ക്. വീട്ടിൽ നേരെ ചൊവ്വേ ഫോൺ കിട്ടത്തില്ല.” പിള്ള തുടർന്നു

“താൻ നടന്നോ. അമ്മിണിക്കുട്ടി തന്റെ കൂടെ വന്നോളും. ഇവൾ തന്നെ കല്ലുവെട്ടാംകുഴിലും ചൂരല്ലൂപ്പാടത്തുമെന്നും ചാമ്പി എറിയത്തില്ല. ധൈര്യമായിട്ട് നടന്നോ.”

ബഷീർ അമ്മിണിക്കുട്ടിയുടെ മൂക്കുകയറിൽ പിടിച്ചുമുറുക്കി. വേദനയിൽ ഞെരിപിരികൊണ്ട് അമ്മിണിക്കുട്ടി ഒരേസമയം തൂറുകയും പെടുക്കുകയും ചെയ്തു.

“എവിടെങ്കിലുമൊന്ന് പോയി തൊലയ്”

തൊണ്ടയിടറി കരുണാകരപിള്ള പറഞ്ഞു. കണ്ണുകൾ കലങ്ങിമറിഞ്ഞ് ഉക്കന്റേതുപോലെ ചുവന്നു. മനുഷ്യന്മാർക്ക് മൃഗങ്ങളെ കരുതാൻ കഴിയുന്നതുപോലെ മറ്റു മനുഷ്യന്മാരെ കാണാനാവില്ലെന്ന് പലപ്പോഴും ബഷീറിന് തോന്നിയിട്ടുണ്ട്. കരുണാകരപിള്ളയും അമ്മിണിക്കുട്ടിയും വേർപിരിയുന്ന രംഗം കണ്ട ബഷീറിന്റെ കണ്ണും ചൊക ചൊകന്നു. മുട്ടുകാലിൽ നിന്ന പിള്ള അമ്മിണിക്കുട്ടിയുടെ കഴുത്തിൽ അടങ്കലൊരു പിടിപിടിച്ചു. അവളുടെ മുഞ്ഞിയിൽ ചൊറിഞ്ഞു. അമ്മിണിക്കുട്ടി കഴുത്തുനീട്ടി ചൊറിച്ചിൽ സുഖകരമായ ഒരേർപ്പാടാണെന്ന മട്ടിലായിരുന്നു നില്പ്. പിള്ളയുടെ കാതിൽ എന്തൊക്കെയോ പറയാനെന്ന മട്ടിൽ അവൾ മുഖം ചേർത്തു. അധികമാകും മുമ്പ് അമ്മിണിക്കുട്ടിയുടെ വയറിലും വാലിലും ഉപ്പിലുമൊക്കെത്തൊട്ട് പതംപറഞ്ഞ് കരുണാകരപിള്ള കരയാൻ തുടങ്ങി.

“എന്റെ അമ്മിണീ, നെനക്കറിയാവല്ലോ അമ്മയില്ലാത്ത എന്റെ കൊച്ചിനെ കെട്ടിച്ചയക്കാൻ ഞാൻ പെട്ടപാട്. താലികെട്ടിക്കൊണ്ടുപോ

യവൻ ഒന്നരമാസത്തെ ലീവ് കഴിഞ്ഞ് ഒരു പോക്ക് പോയതാ. വർഷം ഒന്നു കഴിഞ്ഞു. ഒരു കത്തോ പത്ത് പുത്തനോ ആ കഴുവേറീടെ മോൻ എന്റെ മോൾക്ക് ഇക്കാലത്തിനിടയില് കൊടുത്തിട്ടില്ല. അവൻ തിരിച്ചുപോയി പത്ത് മാസം തെകയും മുമ്പ് എന്റെ കൊച്ച് പെറ്റു. നല്ല മണിമണി പോലിരിക്കുന്ന പെൺകുഞ്ഞ്. അതിനേംകൊണ്ട് അവൾ പൊരേലേക്ക് വരുമ്പം കെടക്കാനൊരു കട്ടിലും മെത്തേം തൊട്ടിലുമൊക്കെ വാങ്ങണ്ടേ. മൂന്നുനേരം നല്ല ശാപ്പാടും വേണമെല്ലോ. ആ പൊടിക്കൊച്ചിന് കരയുമ്പോഴൊക്കെ കുറുക്കും പാലും കൊടുക്കാതെ പറ്റത്തില്ല. തൊട്ടതിനും പിടിച്ചതിനുമൊക്കെ കാശ് വേണം. അതിന് നിന്റെ കയറുമാറാതെ വേറെ വഴി പര്യമ്പുറത്തൊന്നും കാണുന്നില്ല കൊച്ചേ."

അമ്മിണിക്കുട്ടിയുടെ കണ്ണ് നനഞ്ഞു. പിള്ള പാടാദുരിതം പറച്ചിൽ തുടർന്നു....

"നെനക്ക് തോന്നും ആ ആടിനെ വിറ്റുകൂടേന്ന്. ഒള്ള കാര്യം പറഞ്ഞാൽ നെനക്ക് വെക്കം മനസ്സിലാകും. ആടിന്റെ കറവ തുടങ്ങീട്ടല്ലേയുള്ളൂ. കുറച്ചുകാലത്തേക്ക് നാലു പുത്തൻ കിട്ടാൻ;

ആ ആട്ടിൻപാല് മതിയാകും. നിനക്ക് ചനയേറ്റ് പെറുംവരെ കാത്തിരുന്നാൽ എന്റെ കച്ചോം പടോം മടങ്ങും. കടക്കാരുവന്നെന്റെ അടിനാവിക്കിട്ട് ചവിട്ടും. കാണണോ അത് നെനക്ക്." പിള്ള തനിക്കു പറയാനുള്ളതെല്ലാം വള്ളിപുള്ളി വിടാതെ പറഞ്ഞു. എല്ലാം കേട്ടു നിന്ന അമ്മിണിക്കുട്ടിയുടെ കണ്ണിൽനിന്നും കുടുകുടെ കണ്ണീർ തുളുമ്പി. അവൾ പിള്ളയുടെ ദേഹത്ത് മുട്ടിയുരുമ്മി. തലയിട്ടാട്ടി മണ്ണുമാന്തി പറത്തി. പിന്നെ നെയ്യപ്പക്കടയുടെ പിന്നിലെ മുരുപ്പിലൂടെ ഇടംവലം നോക്കാതെ ആഞ്ഞൊരു നടപ്പ് നടന്നു.

ബഷീർ അന്തംവിട്ടു നിന്നു. വീട്ടിലേക്കുള്ള എളുപ്പവഴിയിലൂടെയാണ് അവൾ പോയത്. മൃഗങ്ങൾ അവരുടേതു മാത്രമായ ഭാഷയിൽ സംസാരിക്കുമെന്നും അത് മനുഷ്യർക്ക് തിരിയത്തില്ലെന്നുമൊക്കെ ഉമ്മ പറഞ്ഞുകേട്ടിട്ടുണ്ട്. ചിലപ്പോൾ അറിയാത്ത വഴിയിലൂടെ അമ്മിണി നടന്നെങ്കിലും ഒടുവിൽ എത്തേണ്ട വഴിതന്നെയാകുമെന്ന് ആ പോക്കു കണ്ടപ്പോൾ തോന്നി.

ഇടംവലം നോക്കാതെയുള്ള നടപ്പായിരുന്നു അവളുടേത്. വഴിയിൽ ഏതൊരു കന്നാലിയേയും പ്രലോഭിപ്പിക്കുന്ന വിവിധതരം പുല്ലുകൾ തഴച്ചുവളർന്നു കിടന്നു. അവയിലൊന്നിന്റെ തുമ്പുപോലും കടിച്ചുതിന്നാൻ അമ്മിണിക്കുട്ടി ശ്രമിച്ചില്ല. മണികിലുക്കി, വരമ്പിന്റെ വഴുക്കലും കണ്ടത്തിലെ ചള്ളയും മുരുപ്പിലെ മുനകൂർത്ത കല്ലും, വേലിമുള്ളിന്റെ മൂർച്ചയുമൊന്നും ശ്രദ്ധിക്കാതെയായിരുന്നു അവളുടെ നടപ്പ്. ഒപ്പം നടക്കാൻ ബഷീർ നല്ല പാടുപെട്ടു.

ഭൂതക്കാവിന്റെ മുന്നിൽ വന്നതോടെ സംഗതിയാകെ കൈവിട്ടു പോകുമെന്നു തോന്നി. തുരുത്തീലയ്യത്തെ പറങ്കാവുമുട്ടിൽ വട്ടക്കയ

റിൽ കെട്ടിയിട്ടിരുന്ന മുട്ടനൊരു കാള. അവൻ ചീനിത്തൊലിയും ചക്കമടലും ഹരംപിടിച്ചു തിന്നുകയാണ്. അമ്മിണി ഒറ്റയെറ്റില് കയറു വിടുവിച്ചൊരു നടത്തം.

തീറ്റിക്കിടയിൽ ചില കാളകൾ സ്വയം മറന്നുപോകാറുണ്ട്. ചുറ്റും നടക്കുന്നതൊന്നും അറിയാതെ തീറ്റയിൽ മാത്രം ശ്രദ്ധിച്ചുള്ള ആക്രാന്തം. അങ്ങനെ നിന്ന കാളക്കൂറ്റനരികിലേക്കാണ് അമ്മിണിക്കുട്ടി ചെന്നത്. അവൾ തലയിട്ടു കുടഞ്ഞതും മണികിലുക്കിയതുമൊക്കെ എന്തിനാണെന്ന് മനസ്സിലായില്ല. പതുക്കെ തൊട്ടടുത്തു കണ്ട കാഞ്ഞിരമരത്തിന്റെ ചുവട്ടിലേക്ക് പെടുക്കാൻ നടക്കുമ്പോൾ സ്വയമറിയാതെ ഒന്നുതിരിഞ്ഞുനോക്കി. അമ്മിണിക്കുട്ടി അടുത്തുചെന്നതോടെ കാളയുടെ മട്ടും ഭാവവും മാറി. അത്രനേരവും കണ്ട നില്പായിരുന്നില്ല അവന്റേത്. ആദ്യം മുഖാമുഖം നോക്കി. പിന്നെ അമ്മിണിക്കുട്ടിയുടെ മുഖമുരുമ്മാൻ തുടങ്ങിയ കാളയുടെ പൊക്കം കെട്ടുകാളപോലെ നെടുതായ് വളർന്നു.

അമ്മിണിക്കുട്ടിക്ക് ചനയേല്ക്കുമെന്നു തീർച്ച. കുറച്ചുമുമ്പ് കയറിന്ററ്റത്തുകണ്ട പശുവും തീറ്റയിൽ മുഴുകി നിന്ന കാളയുമായിരുന്നില്ല അവർ. ആകെ പരിസരം മറന്നു നില്ക്കുന്ന അമ്മിണിക്കുട്ടി. അവളുടെ പിൻപുറത്തേക്ക് വീണ്ടും വീണ്ടും അന്തംവിട്ടു കുതിക്കുകയും മുക്രയിടുകയും ചെയ്യുന്ന കാള. തലകുനിച്ച് ചെറുകെ മണികിലുക്കി തെങ്ങിൻതണലിൽ നില്ക്കുന്ന അമ്മിണിക്കുട്ടി. ആശ്വാസത്തോടെ പശുവിനെയും കാളയെയും നോക്കി ബഷീർ നിന്നു. ചെറിയനേരം കൊണ്ട് യൗവനകാലങ്ങൾ മനസ്സാകെ വന്നു നിറഞ്ഞു.

ഇവിടെനിന്നും എങ്ങനെയാണ് അമ്മിണിക്കുട്ടിയെ അനുനയപ്പെടുത്തി തിരിച്ചുകൊണ്ടുപോകുക? ഈ വിഷമപ്രശ്നത്തിൽ കുരുങ്ങിമറിഞ്ഞുനില്ക്കെ ദൂരെനിന്നും ആരൊക്കെയോ സംസാരിച്ചു നടന്നുവരുന്ന ശബ്ദം. കാള വിശപ്പിലേക്കും അമ്മിണിക്കുട്ടി വഴിയിലേക്കും നടന്നു. സദാചാരചിന്ത മനുഷ്യരിൽ മാത്രമല്ല കന്നുകാലികളിലും കുളമ്പുരോഗം പോലെ പടർന്നുപിടിച്ചുട്ടുണ്ടാകണം!

വീട്ടിലേക്കുള്ള കല്ലൊതുക്കുകയറിയപ്പോൾ അകത്തുനിന്നും പാത്തുമ്മ പുറത്തേക്ക് ഇറങ്ങിവന്നു. തൊട്ടുപിന്നാലെ മുഹമ്മദിന്റെയും അനസിന്റെയും കെട്ട്യോളുമാരും മക്കളും. അവരിൽ പൊടിപ്പുകൾക്കൊഴിച്ച് മറ്റാർക്കും തന്റെ ഈ പ്രവൃത്തികളോട് യോജിപ്പില്ലെന്നറിയാം. പശു, ആട്, കോഴി, താറാവ്, മുയൽ, എരുമ ഇങ്ങനെയുള്ള ജീവികളോട് എന്തെങ്കിലുമൊരു താല്പര്യമുള്ളത് അനസിന്റെ ഇളയമകൾ നൂർജഹാനു മാത്രമാണ്. അവൾ ആ വരുന്ന കൂട്ടത്തിലുണ്ടെങ്കിൽ ചരുവത്തിൽ കുറച്ചു വെള്ളമെടുത്തുവെക്കാൻ പറയാം. ഇല്ലെങ്കിൽ അത് സ്വയം ചെയ്യേണ്ടിവരും. ഈ ജീവികളിൽ നിന്നുള്ള രുചികളെ എല്ലാവർക്കും ഇഷ്ടമാണ്. അതേസമയം അവയെ സംരക്ഷിക്കുന്നതൊക്കെ അപരിഷ്കൃതമാണെന്ന വിശ്വാസവും.

ഇല്ല, ഇറങ്ങിവന്ന കൂട്ടത്തിൽ നൂർജഹാൻ ഉണ്ടായിരുന്നില്ല. പാത്തുമ്മ ഒഴിച്ചുള്ളവർ പശുവിനെയും കൊണ്ടാണ് വരുന്നതെന്നുറപ്പായ നിമിഷം വന്ന വേഗം തിരിച്ചുനടന്നു.

രാത്രിയിൽ പതിവുപോലെ മുഹമ്മദും അനസും ഫോൺ വിളിച്ചു. അനസാണ് പശുവിനെ വാങ്ങേണ്ടിയിരുന്നില്ലെന്ന് ആദ്യം പറഞ്ഞത്. പിള്ളാർക്ക് നല്ല പാലും കട്ടിത്തൈരും കൂട്ടാമല്ലോ എന്ന ന്യായത്തോട് മുഹമ്മദ് യോജിച്ചില്ല.

പുരയിലാകെ വല്ലാത്തൊരു നിശ്ശബ്ദതയും എരിപൊരിക്കൊള്ളലും നിറയുന്നതുപോലെ തോന്നി. തോർത്തും സോപ്പുമെടുത്ത് കിണറ്റുകരയിലേക്കു നടക്കുമ്പോൾ പുല്ലൂട്ടിലേക്ക് അരംപുല്ലും കച്ചീം ആവോളം കുത്തിവാരിയിട്ടു. ഇരുട്ടിൽ തെളിഞ്ഞുനിന്ന അമ്മിണിക്കുട്ടിയുടെ കണ്ണുകളിലേക്ക് ഏറെ നേരം നോക്കി.

"അപ്പോൾ അതും ശരിയായി!"

"എന്തുവാ?" അമ്മിണിക്കുട്ടി ചെറുതായി തലകുലുക്കി.

"നെനക്ക് ചനയേറ്റെന്നുറപ്പാ. പത്തു മാസം തെകയും മുമ്പ് നീ നല്ല സുക്രുമണി പോലൊരു പൈക്കിടാവിനെ പെറ്റിടും."

"അതെ." എന്ന അർത്ഥത്തിൽ അമ്മിണിക്കുട്ടി തലകുലുക്കി. മണികിലുക്കി. വീണ്ടുചവച്ചു.

കൊരണ്ടി എടുത്തിട്ട് ബഷീർ അത്താഴത്തിനിരുന്നു. എല്ലാവരും കഴിച്ചശേഷം ഭക്ഷണത്തിന് വരുന്നതിൽ പാത്തുമ്മ പരിഭവിക്കുന്നത് പതിവാണ്.

"ഇതെന്തോന്നാ മനുഷ്യാ പിള്ളാരും പിറുങ്ങണീം മുച്ചൂടും തിന്നുതീർത്തിട്ടേ നിങ്ങൾ എന്തെങ്കിലും വാരിത്താൻ വരുത്തൊള്ളോ?"

രുചികരമായ ഭക്ഷണം സ്വയം കഴിക്കുന്നതിനെക്കാൾ ആഹ്ലാദം കുട്ടികൾ അത് വാരിത്തിന്നുന്നതു കാണുമ്പോഴാണെന്നൊന്നും പറഞ്ഞിട്ട് കാര്യമില്ല. ഒറങ്ങുംവരെ ഉച്ചക്കു വെച്ച മട്ടൻസ്റ്റുവിന്റെയും ഞണ്ടുകറിയുടേം കോഴി വറുത്തരച്ചുവെച്ചതിന്റെമൊക്കെ മണത്തെക്കുറിച്ചും സ്വാദിനെക്കുറിച്ചുമൊക്കെ പാത്തുമ്മ അയവിറക്കും. ഒടുവിൽ നിറയെ വളയും തളയും നിറഞ്ഞ വലതുകൈ ചെവിയോടടക്കി ഉറങ്ങും. ഇടയ്ക്ക് ഉണർന്നാൽ ബീഫ് ഉലത്തുന്നതെങ്ങനെയെന്ന് പറയാൻ തുടങ്ങും.

ഇടയ്ക്ക് തളകൾ പിടിച്ചുകിലുക്കുമ്പോൾ പരിഭവിക്കും. "ഒന്നു പോ മനുഷ്യ, മക്കളും മക്കളുടെ മക്കളുമായപ്പഴാ ഒരു മുതുകൂത്ത്."

ചിരിച്ചുകൊണ്ട് അപ്പോൾ തട്ടത്തിൽ പിടിച്ചുവലിക്കും.

"അല്ലേലും നിങ്ങളൊരു കമ്യൂണിസ്റ്റാ. അഞ്ചുനേരം പോയിട്ട് ഒരു നേരമെങ്കിലും നിസ്കരിക്കാൻ പറഞ്ഞാൽ കേൾക്കത്തില്ലല്ലോ." പാത്തമ്മ പരിഭവിച്ചു.

ബഷീർ കാതോർത്തു. "താൻ കേട്ടോ നമ്മൾടെ അമ്മിണിക്കുട്ടീടെ മണികിലുക്കം?"

"ആരോ പറഞ്ഞതു കേട്ടപാതി കേൾക്കാത്തപാതി നിങ്ങൾ പോയി പശുനെ വാങ്ങിച്ചു. താഴത്തേം മേലത്തേം പൊരേടം പത്ത് നാല്പത് തച്ച് കൊടുത്ത് കെളപ്പിച്ചുമിട്ടു. അത്രേം കാശുണ്ടായിരുന്നേൽ രണ്ടുവർഷത്തേക്ക് നമ്മൾടെ വീട്ടിലേക്കു വേണ്ട അരീം പലവ്യഞ്ജനോം പച്ചക്കറീം വാങ്ങാമായിരുന്നെന്നാ നബീസ പറഞ്ഞത്." പാത്തുമ്മ പകൽ വിവരണം തുടർന്നു.

ആട് പലവട്ടം കരഞ്ഞു.

"ഒരിക്കൽ നിങ്ങളൊരു പോത്തിനെ വളർത്തി. അതുകഴിഞ്ഞൊരു എരുമയെ. ഒടുവിൽ നാട്ടുകാർ പോത്തെന്നും എരുമേന്നും ചേർത്ത് നിങ്ങൾടെ പേര് പറയാൻ തുടങ്ങി. അതിന്റെ നാണക്കേടും മാനക്കേടും ഒന്നുമാറി വന്നപ്പോ ദാണ്ട് പശുവിനെ കൊണ്ടുവന്നിരിക്കുന്നു. അനസിന്റെ പെണ്ണ് നല്ല പഠിപ്പുള്ളവളല്ലോ. പശൂന്റെ പേരിൽ മനുഷ്യർ തമ്മിൽ പലയിടത്തും ശണ്ഠ നടക്കുന്നെന്ന് അവൾ പറഞ്ഞെല്ലോ. ഇതൊന്നും നിങ്ങളറിഞ്ഞില്ലെന്നാണോ?"

"പാത്തു, അതൊക്കെ പൊറം നാട്ടിലല്ല്യോ. നമ്മൾടെ നാട്ടില് അങ്ങനൊന്നും ഒണ്ടാവത്തില്ല." ബഷീർ ഭാര്യയുടെ തലയിൽ തൊടാൻ ശ്രമിച്ചു.

"നിങ്ങളിന്നെന്റെ തലേൽ തൊടണ്ട" പാത്തുമ്മ തിരിഞ്ഞുകിടന്നു.

"പിള്ളാര് അയയ്ക്കുന്ന കാശല്ല്യോ ഇതെല്ലാം. അവരുടെ പെണ്ണുങ്ങൾ അടക്കം പറച്ചിൽ നിർത്തി ഞാൻ കേൾക്കേം ഇതൊക്കെ പറയാൻ തുടങ്ങിയിട്ടുണ്ട്." പാത്തുമ്മ തിരിഞ്ഞുകിടന്നു. രാത്രിക്ക് വല്ലാത്ത ഇരുട്ടും കനവും. മോന്തായശബ്ദങ്ങൾക്ക് കാതുകൊടുത്ത് ഉറങ്ങാതെ ബഷീർ.

"കുഞ്ഞിപ്പാത്തു, അവന്മാർ ആദ്യം എന്റെ മക്കളാ. പിന്നീടാ അവളുമാരുടെ കെട്ട്യോന്മാരായേ. എന്റെ മക്കൾക്ക് അവരുടെ വാപ്പേ മനസ്സിലാവും. വേറെ പൊരേന്ന് വന്ന കുട്ടികൾക്ക് അതിന് കഴിഞ്ഞെന്നുവരത്തില്ല. അല്ല; അതൊട്ട് പ്രതീക്ഷിക്കാനും പാടില്ല!"

ബഷീർ പാത്തുമ്മയുടെ മേത്തേക്ക് വലതുകാൽ കയറ്റിവെച്ചു. പാത്തുമ്മ പതുക്കെ കാലിൽ തടവി. ഉറക്കം വന്ന് അമർത്തിപ്പിടിക്കാൻ വേറെ സിദ്ധൗഷധങ്ങളൊന്നും വേണ്ടെന്ന് ആലോചിക്കുംമുമ്പേ കണ്ണുകൾ തമ്മിൽ അമർന്നുതൊട്ടു.

കാര്യങ്ങൾ പിരുപിരാന്നൊടിഞ്ഞമർന്ന് ഗോവണിക്കു സമാനമായത് വളരെ പെട്ടെന്നാണ്. ബഷീർ കുഞ്ഞിപ്പാത്തുവിന്റെ മുതുകത്ത് വലതുകാലും കുഞ്ഞിപ്പാത്തു ബഷീറിന്റെ മുതുകത്ത് ഇടതുകാലും കയറ്റിവെച്ചുറങ്ങിയ ആ രാത്രി നട്ടപ്പാതിരയ്ക്ക് എല്ലാം കീഴ്മേൽ വിറച്ചു. മഴയും കാറ്റും കൊല്യാനും ഓരോ വീടിന്റെ മുറ്റത്തും അകങ്ങളിലും വിറയലും വെളിച്ചവും നിറച്ച പാതിരാവിൽ അത് സംഭവിച്ചു.

കാറ്റിലും മഴയിലും വൈദ്യുതി വിച്ഛേദിക്കപ്പെട്ടു. പുറത്തും

അകത്തും കുറ്റാക്കുറ്റിരുട്ട്. പാത്തുമ്മ അടുത്തുതന്നെയുണ്ടെന്ന് ബഷീർ തൊട്ടുറപ്പിച്ചു.

കാട്ടോരത്തോ നെടുംപുരയിടങ്ങളിലോ ഒരു പെരുമ്പാമ്പിനെ കണ്ടാൽ, കീരിയോ മുയലോ ഉടുമ്പോ വലയിൽ വീണാൽ, അടിവില്ലിൽ ഒരു ചുണ്ടെലി കുടുങ്ങിയാൽ പുറം വഴികളിൽ ആരവവും ആളനക്കവും നിറയും. അങ്ങനെ എന്തെങ്കിലും ആകുമെന്നു കരുതി നില്ക്കുമ്പോഴാണ് ഇരുട്ടിൽ പെട്ടെന്നു കേട്ട ഒരു കുതിപ്പൊച്ചയ്ക്കു തൊട്ടുപിന്നാലെ തലയുടെ ഒത്തനടുവിൽ ആദ്യത്തെ തല്ലുവന്നു വീണത്. കണ്ണിൽനിന്നും പൊന്നീച്ച പറന്നതുമാത്രം ഓർമ്മയുണ്ട്. പാത്തുമ്മയുടെ നിലവിളി. ആരോ തെളിച്ച തീപ്പെട്ടി വെളിച്ചത്തിൽ മൂർച്ചയുള്ള വാളും കഠാരയും.

ബഷീർ മയങ്ങിവീണു. കാഴ്ച മായുംമുമ്പ് കേട്ടത് അമ്മിണിക്കുട്ടിയുടെ നിർത്താതുള്ള കരച്ചിൽ. പിന്നീട് അവളുടെ ഊരന്ത്രാളപ്പെട്ട കാലൊച്ച. മണികിലുക്കം.

തിമിർത്തുപെയ്യുന്ന മഴയും കൊമ്പൊടിക്കുന്ന കാറ്റും കണ്ണഞ്ചിപ്പിക്കുന്ന കൊള്ളിയാനുമൊക്കെ മൂന്നു ദിവസങ്ങൾക്കു ശേഷമാണ് തെളിഞ്ഞുവന്നത്.

ഒരു വാർത്താചാനൽ ആ രാത്രിയെ ഇങ്ങനെ വിവരിച്ചു.

'....ഹിന്ദുക്കൾക്ക് മുൻതൂക്കമുള്ള പ്രദേശമാണ് വെള്ളിവെയിൽക്കുന്ന്. ഏനാംപറമ്പിൽ പരിസരത്ത് സമുദായ സ്പർദ്ധയുണ്ടാക്കാൻ ബഷീർ കരുതിക്കൂട്ടി പശുവിനെ വാങ്ങുകയും ക്രിസ്തുമസിന്റെ തലേന്ന് പങ്കുകച്ചവടം നടത്താൻ ഒരുക്കം നടത്തുകയും ചെയ്തു. ഇറച്ചി നല്കാമെന്നു പറഞ്ഞ് വിശ്വസിപ്പിച്ച് ചിലരോട് പണവും പറ്റിയിരുന്നു. രാജ്യത്തിന്റെ പലഭാഗത്തും നടക്കുന്ന ഗോവധത്തിനെതിരായ പ്രതിഷേധങ്ങൾക്കിടയിലാണ് ഒരു മുസ്ലീമിന്റെ നിഷേധ പ്രതികരണം. അല്ലെങ്കിൽ ഇങ്ങനെയൊരു പ്രതിഷേധം. ബഷീറിനു നേരെ നടന്ന കൊലപാതകശ്രമത്തിനു പിന്നിൽ ആരാണെന്ന് വ്യക്തമായിട്ടില്ല. സംഭവത്തെക്കുറിച്ച് ഗൗരവമായ അന്വേഷണത്തിന് സർക്കാർ ഉത്തരവിട്ടു......!'

ഉത്തരത്തിൽ ഇരുന്ന് ഒരു പല്ലി ചിലച്ചു. പാത്തുമ്മ മാത്രമേ ബഷീറിന്റെഅടുത്തുണ്ടായിരുന്നുള്ളു. നെഞ്ചുതടവി, ജനൽപടിയിലൂടെ നിരതെറ്റിക്കാതെ ഇഴഞ്ഞുപോകുന്ന ഉറുമ്പുകളെ നോക്കി, കണ്ണിൽ വന്നുമറഞ്ഞ ഒറ്റനക്ഷത്രത്തെ തിരഞ്ഞ് അങ്ങനെകിടന്നു. പോലീസിനു മുന്നിൽ നല്കിയ മൊഴിയും പാത്തുമ്മ ഇരുട്ടിൽ കണ്ട കാഴ്ചകളുമൊന്നും പിന്നീട് എവിടെയും പരാമർശിക്കപ്പെട്ടില്ല. അപായപ്പെടുത്താൻ വന്നവർ വീട്ടുമുറ്റത്ത് ഉപേക്ഷിച്ചുപോയ ലഘുലേഖ ഒരു വാർത്തയിലും കാണാനായതുമില്ല.

സംഭവം നടന്ന് അരമണിക്കൂറിനുള്ളിൽ പോലീസിനെ അറിയിച്ചു. പുലർച്ചെ നല്ല വെട്ടം വീണശേഷമാണ് ജീപ്പ് ആശുപത്രി മുറ്റത്തു

വന്നുനിന്നത്. അവർ അതിനുശേഷം വീട്ടിലെത്തി ശേഖരിച്ചുകൊണ്ടു പോയ ഒരു തെളിവും പിന്നീട് തെളിവായി പ്രത്യക്ഷമായതുമില്ല. അതേക്കുറിച്ച് ചോദിച്ച ഫാദർ ദാനിയലിനോട് അന്വേഷണം പോലീസിനുവിട്ടേക്ക്. അത് പള്ളീം പട്ടക്കാരും ഏറ്റെടുക്കണ്ട എന്നാണ് മേലുദ്യോഗസ്ഥൻ പറഞ്ഞത്. സമുദായവൈരം സൃഷ്ടിച്ചതിന് ബഷീറിന്റെ പേരിലും കേസെടുക്കാതെ വയ്യ എന്ന മുന്നറിയിപ്പ് നല്കാനും അയാൾ മറന്നില്ല.

രക്തം തളം കെട്ടിയ വരാന്ത. അയവെട്ടാതെ നില്ക്കുന്ന അമ്മിണിക്കുട്ടി. അയപൊട്ടി നിലത്തേക്കു വീണ വസ്ത്രങ്ങൾ. മുടന്തി നടക്കുന്ന നായ. ഭയന്നുവിറച്ച കുട്ടികളുടെ കണ്ണുകൾ. വെറകുപുരയിൽ പെറ്റുകിടന്ന വെളുമ്പിപ്പൂച്ചയുടെ കറുപ്പും വെളുപ്പും ഇടചേർന്ന കുഞ്ഞുങ്ങൾ. അടുക്കളയിൽ നിന്നും കയ്യകലത്തിൽ നില്ക്കുന്ന കറിവേപ്പിൽ വന്നിരുന്ന് വിരുന്ന് വിളിക്കുന്ന കാക്കകൾ.

വീടിന്റെ ഓരോ തിരിവും വളവും ടെലിവിഷനിൽ കണ്ട് ബഷീർ പാത്തുമ്മയെ നോക്കി. മുഹമ്മദിന്റെയും അനസിന്റെയും ശബ്ദം പതറിയിരുന്നു; ഇടയ്ക്കും മുറയ്ക്കും അവർ വിളിച്ചപ്പോഴൊക്കെ....

കവർ പാലുകൊണ്ടുണ്ടാക്കുന്ന ചായയ്ക്ക് യാതൊരു മണോം ഗുണോം ഇല്ലാത്തതിനാലാണ് പശുവിനെ വാങ്ങിയതെന്നൊക്കെ പാത്തുമ്മ ഫോണിലും നേരിട്ടുമൊക്കെ പറയുന്നുണ്ടായിരുന്നു. ഒന്നിനും മറുപടി പറയണമെന്ന് ബഷീറിന് തോന്നിയില്ല.

“മൂന്നുമാസമെങ്കിലും നല്ല വിശ്രമം വേണ്ടിവരും. മുറിവുകളൊക്കെ ആഴമുള്ളതാണ്. തോളെല്ല് ഒടിഞ്ഞുമാറിയിട്ടുണ്ട്. ചെറിയൊരു ശ്രദ്ധക്കുറവുമതി വീണ്ടും കഠിനമായ വേദനയിലേക്കു വീണുപോകാൻ....”

മരുന്നുകളെക്കുറിച്ച് വീണ്ടും വിശദീകരിച്ചതിനുശേഷം നഴ്സ് പറഞ്ഞു. അവർ പുറത്തേക്ക് ഇറങ്ങാൻ വാതിൽ തുറന്നതും സെക്യൂരിറ്റി ഓഫീസർ വീണ്ടും അകത്തേക്കുവന്നു. അയാൾക്ക് പിന്നാലെ മൂന്നു പോലീസുകാർ. വീണ്ടും മൊഴി രേഖപ്പെടുത്തേണ്ടതുണ്ടെന്നു പറഞ്ഞപ്പോൾ അതെന്തിനെന്ന് ചോദിക്കേണ്ടിവന്നില്ല. ബഷീറിന്റെ കണ്ണുകളിൽനിന്നും ആ ചോദ്യം മനസ്സിലാക്കിയിട്ടെന്നപോലെ ഓഫീസർ കുറച്ചുകൂടി അടുത്തേക്ക് നീങ്ങിനിന്നു.

മൊഴി രേഖപ്പെടുത്തുന്നതിനിടയിൽ രണ്ടുമൂന്നു തവണ കണ്ണ് കൂമ്പിയടഞ്ഞപ്പോഴൊക്കെ പാത്തുമ്മ തട്ടിവിളിച്ചു.

“വേണ്ട മയക്കത്തിൽ നിന്നു തിരിച്ചുവരും വരെ ഞങ്ങൾ കാത്തുനില്ക്കാം. ഒരു തിടുക്കവും വേണ്ട.” ഓരോ തവണയും മേലുദ്യോഗസ്ഥൻ വളരെ ശബ്ദം താഴ്ത്തിയാണ് സംസാരിച്ചത്.

പിടിച്ച പ്രതികളുടെ ചിത്രങ്ങൾ ഓരോന്നായി കാണിച്ചെങ്കിലും ഒരാളെ മാത്രമേ വ്യക്തമായി ഓർത്തെടുക്കാനായുള്ളു. അയാളാണ് കണ്ണിൽനിന്നും അരണ്ട വെളിച്ചത്തിലൂടെ അവസാനം ഓടിയിറങ്ങി

യത്. അല്ലെങ്കിൽ പല മുഖച്ഛായകളുള്ള മറ്റൊരാൾ. രക്തം കണ്ണിലൂടെ നാവിലേക്കും താഴേക്കും ഒഴുകിയിറങ്ങിയശേഷം; നിലം നനഞ്ഞ ശേഷം എന്താണ് സംഭവിച്ചതെന്ന് യാതൊരു ഓർമ്മയുമില്ല.

വീണ്ടും മൊഴി രേഖപ്പെടുത്തിക്കഴിഞ്ഞ് പോലീസ് പുറത്തേക്കിറങ്ങി. പാത്തുമ്മ ആശുപത്രിവരാന്തയിൽനിന്നും സംഭീതിപ്പെട്ട് മുറിയിലേക്കു കയറി കിടക്കയിൽ വന്നിരിക്കുമ്പോൾ ബഷീർ ചെന്നിക്കുത്തിൽ കണ്ണുകൾ അമർത്തിപ്പിടിച്ചുകിടക്കുകയാണ്. എന്തൊക്കെയോ പാത്തുമ്മ ചോദിച്ചു. ഒന്നിനും ഉത്തരം പറയാൻ കഴിഞ്ഞില്ല. നെറ്റിയിൽനിന്നും തലയുടെ പലയിടങ്ങളിലേക്ക് കൊള്ളിയാൻ ഞരമ്പുകൾ പാഞ്ഞുനടക്കുകയാണ്. നഖക്കണ്ണുകൾ വെന്തുരുകുംപോലെ നൊന്തു.

ആ ശബ്ദം വീണ്ടും. മണികിലുക്കി കൊമ്പുകുലുക്കി കഴുത്താട്ടി യാതൊന്നാണോ സംഭവിച്ചത് അല്ലെങ്കിൽ സംഭവിച്ചുകൊണ്ടിരിക്കുന്നത് അതിനെപ്പറ്റി യാതൊരല്ലലുമില്ലാതെ അമ്മിണിക്കുട്ടി നടന്നുവരുന്നു. അമ്മിണിക്കുട്ടി അവൾ വന്നുനിന്നത് ഒച്ചയും അടക്കം പറച്ചിലുംകൊണ്ട് വേവുപിടിച്ച ആൾക്കൂട്ടത്തിനു നടുവിൽ.

സയറൻ മുഴക്കി അതിവേഗതയിൽ പാഞ്ഞകലുന്ന വാഹനങ്ങൾ. അതിനേക്കാൾ വേഗതയിൽ അകത്തേക്കുവന്ന പോലീസ് ജീപ്പ്. പ്രധാനപ്പെട്ട ആരോ വരാൻ ഇനി അമാന്തിക്കില്ല എന്ന സൂചന നല്കി പാതയൊരുക്കുന്ന പോലീസ്.

അമ്മിണിക്കുട്ടി കയർ പൊട്ടിച്ച് ആശുപത്രി മുറ്റത്തേക്കു വന്നതോടെ ഛായാഗ്രഹണം അവളിൽ കേന്ദ്രീകരി ച്ചു. ഉടൻ വരാനിടയുള്ള ഹോംമിനിസ്റ്റർ, ഡി ജി പി തുടങ്ങിയവരുടെ സുരക്ഷ ഉറപ്പാക്കുന്നതിന്റെ ഭാഗമായി അമ്മിണിക്കുട്ടിയെ മെരുക്കിക്കെട്ടാനോ മയക്കിക്കിടത്താനോ ഉത്തരവു വന്നു. കയറും കമ്പും പുല്ലും തോക്കുമായി മുന്നിൽ നിരതീർത്തവരെ ഓരോരുത്തരെയായി നോക്കി അമ്മിണിക്കുട്ടി കൊമ്പുകുലുക്കി.

നിശ്ശബ്ദത! ദൈവത്തിനു പാലും പഴവുമായി പോകുന്ന പുഴുവിനെ നോക്കി കൈകൊട്ടിയ ഒരു പയ്യനെ പ്രച്ഛന്നവേഷധാരികൾ അമർത്തിപ്പിടിച്ച് ഞെരുക്കി കവചിതവാഹനത്തിലേക്ക് കൊണ്ടുപോയി.

സ്വയമറിയാതെ ശരീരം ഞെരിപിരിക്കൊണ്ടു.

"അവർ എന്താന്ന് വെച്ചാ ചെയ്യട്ടെ. നിങ്ങൾ വെറുതെ പെടവെട്ടം തല്ലി ചാടിയെണീക്കാൻ നോക്കണ്ട" പാത്തുമ്മ ബഷീറിന്റെ കൈകളിൽ അമർത്തിപ്പിടിച്ചു.

അമ്മിണിക്കുട്ടി മുന്നോട്ടാഞ്ഞു. രണ്ടു മനുഷ്യർക്കിടയിൽ സംഭവിക്കാൻ സാദ്ധ്യതയുള്ള പഴുതിനുവേണ്ടി തലവട്ടം പിടിച്ചുനോക്കിയെങ്കിലും അങ്ങനെയൊന്ന് എവിടെയും കാണാനായില്ല. എവിടെയും തൊട്ടമർന്ന മനുഷ്യരും ഉത്കണ്ഠ നിറഞ്ഞ കണ്ണുകളും. ദാക്ഷിണ്യ

മില്ലാതെ നില്ക്കുന്ന പശുവിനരികിലേക്ക് ചെല്ലാൻ ആരും ധൈര്യപ്പെട്ടില്ല.

"....ഗോവധം നിരോധിക്കുക, ബഷീറിന്റെ പങ്കച്ചോടം അവസാനിപ്പിക്കുക" ചിലർ ഉറക്കെ മുദ്രാവാക്യം വിളിച്ചുകൊണ്ട് ക്യാമറയെ അഭിമുഖീകരിച്ചു. മണ്ണിൽ പൂഴ്ത്തിയ തോക്കിൻ കുഴലിൽ നിന്നും പെട്ടെന്നൊരു വെടിയുണ്ട ഭൂമിയുടെ ആഴങ്ങളിലേക്ക് തുളഞ്ഞു പോയത് വെറുമൊരു കൈയബദ്ധമാണെന്ന് സ്ഥിതീകരിക്കപ്പെട്ടു. കണ്ണുതള്ളിപ്പോയ പോലീസുകാരൻ വീണ്ടും കാഞ്ചിയിൽ വിരൽ തൊടാതിരിക്കാനായി വലതുകൈയുടെ ചൂണ്ടുവിരൽ നാസാദ്വാരങ്ങളിൽ തോണ്ടി മൂക്കട്ട തോക്കിന്റെ പാത്തിയിൽ ഒട്ടിച്ചു.

ഇതൊന്നും തന്നെ ബാധിക്കുന്നില്ലെന്നമട്ടിലാണ് അമ്മിണിക്കുട്ടിയുടെ നില്പ്. അവളുടെ ഓരോ ചലനവും ഒരാരവമോ അമർത്തിപ്പിടിക്കലോ സൃഷ്ടിച്ചു. അവൾ പകച്ചു നില്ക്കുകയാണ്.

പെട്ടെന്ന് വീണ്ടും സയറൻ മുഴങ്ങി.

അതിനുതൊട്ടുപിന്നാലെ ആഭ്യന്തരമന്ത്രിയും ഡി ജി പിയും മുറ്റത്ത് വന്നുനിന്നു. അനേകം വാഹനങ്ങളിൽ രണ്ടെണ്ണത്തിൽ നിന്ന് അവർ പുറത്തേക്കിറങ്ങി. നാട്ടിൽ മതസ്പർദ്ധയുണ്ടാക്കാൻ അനുവദിക്കില്ലെന്നും അതു മുളയിലെ നുള്ളുമെന്നും ആഭ്യന്തരമന്ത്രിയും പോലീസ് മേധാവിയും.

ആൾക്കൂട്ടം ഇതൊന്നും ശ്രദ്ധിച്ചില്ല. എന്തോ ഒന്ന് കാലിലൂടെ ഇഴഞ്ഞുകയറുന്നതുപോലെ. അമ്മിണിക്കുട്ടി സ്വയമൊന്ന് കുടഞ്ഞ് പൊങ്ങി. ആൾക്കൂട്ടത്തെയും ആരവത്തെയുമൊക്കെ ചവിട്ടിമെതിച്ച് ആശുപത്രിയുടെ പടവുകൾ കയറി വരാന്തയിലൂടെ മുറിയിലേക്ക് കടന്നുവരുമോ അവൾ? അപ്പോഴേക്കും മന്ത്രിയും സംഘവും മധ്യനിരയിൽനിന്നും ആദ്യ നിരയിലെത്തിക്കഴിഞ്ഞിരുന്നു.

അമ്മിണിക്കുട്ടി തല ഇടത്തോട്ടും വലത്തോടും വെട്ടിച്ചു. കാലിലൂടെ അകിടിലേക്ക് ആഴത്തിൽ വിരലുകളാഴ്ത്തി നടന്നു കയറുന്നതെന്താണെന്ന് അവൾ നോക്കിയില്ല.

ഒരു പഴുതാര! കറുകറുപ്പൻ. പെടപെടപ്പൻ. പൊളപൊളപ്പൻ.

കാലിന്റെ ഇടുക്കിലൂടെ കയറി പഴുതാര അകിടിലെത്താൻ ഇനി അധിക ദൂരമില്ല. ഒരുപക്ഷേ, അത് മുലക്കണ്ണിൽ കടിച്ചാലോ എന്ന് തോന്നിയതോടെയാവണം തുള്ളിക്കുതറി അമ്മിണിക്കുട്ടി.

പഴുതാര പിടിവിട്ട് നിലംപതിച്ചു. അമ്മിണിക്കുട്ടിയുടെ കുളമ്പുകൾക്കിടയിൽപെട്ട് അരഞ്ഞു.

ബഷീർ വിരലെറ്റിനിന്ന് താഴേക്കു നോക്കി.

സംഭ്രമിച്ച് നാലുപാടും ഓടുന്ന ജനക്കൂട്ടം. അമ്മിണിക്കുട്ടിയുടെ തൊട്ടുമുന്നിൽ ഭയപ്പെട്ടുനില്ക്കുന്ന മന്ത്രിയും പോലീസ് മേധാവിയും. സർവ്വാംഗം തരിച്ചിട്ടെന്ന പോലെ പശു ഒന്നുയർന്നു ചാടി. കാവടിയാടി. തലകുത്തി മറിഞ്ഞു.

"ഫയർ!"

എത്രയോ കാലമായി കാലായം കേൾക്കാതെ കിടന്ന എരുത്തിൽ. അതിനുള്ളിലേക്ക് കറുപ്പിൽ വെള്ളപ്പുള്ളികളുള്ളതും, കടുക്കനിട്ട തുമായ അമ്മിണിക്കുട്ടിയെ കെട്ടിയിട്ടശേഷം ബഷീർ പറഞ്ഞു.

“നീ പെറുമ്പോൾ ക്ടാവ് പശുവാണേൽ ഞാൻ അവളെ വളർത്തി വലുതാക്കി ചേർപ്പിച്ചു നിർത്തും. അവൾ പെറുമ്പോൾ പശുവാണേൽ വളർച്ച മുറ്റിക്കഴിഞ്ഞ് ചനയേല്പിച്ച് പെറുന്നതുവരെ കാത്തിരിക്കും. അങ്ങനെയങ്ങനെ ഈ മുറ്റവും പറമ്പുമൊക്കെ ക്ടാങ്ങളെക്കൊണ്ട് നിറയും. അവയിൽ അവസാനം പെറ്റുവീണ പൈക്ടാങ്ങളും കാളക്ക്ടാങ്ങളും നിന്നെ തൊട്ടുരുമ്മി നില്ക്കും. അകിടിൽ വന്നുമ്മ തരും.”

ബഷീർ കടുത്ത പനിയിൽ വിറച്ചു.

അമ്മിണിക്കുട്ടിയുടെ മണം അടുത്തടുത്തു വന്നു. അവൾ മണി കിലുക്കി. തലയാട്ടി. മുക്രയിട്ടു.

ദേവൻ വെറും പുഴു
മഹാബ്ധി മരുപ്രദേശം

ദൈവം നടക്കാനിറങ്ങിയതാണ്. അമിത കൊളസ്ട്രോൾ, ബ്ലെഡ് ഷുഗർ, ബ്ലെഡ് പ്രഷർ തുടങ്ങിയ പ്രശസ്തമായ ആരോഗ്യപ്രശ്നങ്ങളൊക്കെ അടുത്തിടെയാണ് കണ്ടുപിടിച്ചത്. അതും തൊട്ടുമുമ്പിലത്തെ ആഴ്ചയിൽ നടത്തിയ നരഗ സന്ദർശനത്തിനിടയിലും. പ്രശസ്തരായ ചില ഭിഷഗ്വരന്മാരെ അവിടെവച്ച് കണ്ടുമുട്ടാനും സംസാരിക്കാനും സാധിച്ചു. ദൈവമാണെന്നറിയാതെ അവർ പലരും തുറന്നു പറയുന്നതു കേട്ടപ്പോൾ അതിശയം തോന്നി! പാവങ്ങൾ, മനുഷ്യശരീരത്തെക്കുറിച്ച് ഏതാണ്ടൊക്കെയൊരു ധാരണയൊക്കെയുണ്ട്. മനസ്സിനെക്കുറിച്ച് അത് അശേഷമില്ലതാനും.

എതിരെ വരുന്നവരിൽ സ്വർഗ്ഗസ്ഥരാരൊക്കെ നരകസ്ഥാരാരൊക്കെയെന്ന് തിരിച്ചറിയാനായില്ല. ഒരേ വേഷക്കാരോ ഭാഷക്കാരോ ആയിരുന്നില്ല അവർ. വംശനാശം സംഭവിച്ച ഭാഷ സംസാരിച്ച് ഒറ്റയ്ക്ക് നടക്കുന്നവർ പോലുമുണ്ട് അവർക്കിടയിൽ. ചിലർ ആഹ്ലാദചിത്തരായും മറ്റുചിലർ വിഷാദത്തിൽ അകപ്പെട്ടവരായും കാണപ്പെട്ടു. നരകത്തിലേക്കുള്ള വഴിയിൽ നല്ല തിരക്ക് അനുഭവപ്പെട്ടതിനാൽ വലത്തോട്ടു നോക്കി ദൈവം ഇടത്തോട്ടു നടന്നു.

അധികനേരമാകും മുമ്പ് താൻ മാത്രമല്ല വകതിരിവുള്ള, നാലുപേരറിയുന്ന പലരും അതേ നടപ്പാണ് നടക്കുന്നതെന്ന് ദൈവം കണ്ടു. പ്രഭാത നടത്തത്തിനുള്ള പാതയിലൂടെ യന്ത്രസാമഗ്രികൾ കടത്തിവിടരുതെന്ന് കർശനമായ നിർദ്ദേശം പല ഭാഷകളിൽ വഴിയോരത്ത് പലയിടത്തും എഴുതിവച്ചിട്ടുള്ളതാണ്. ഒരു ചൈനക്കാരൻ മാത്രം ഇടത്തോട്ടുള്ള സിഗ്നലിട്ട് കാർ വലത്തോട്ടോടിച്ച് പോയി. ദൈവം

ലീപെങ്ങിനെ നോക്കിവച്ചു. ലീപെങ് ദൈവത്തെയും.

ദൈവം ചിരിച്ചു. ലീപെങ് ചിരിച്ചില്ല.

'ദൈവം മറിച്ചു കരുതീടിലരക്ഷണത്തിൽ

ദേവൻ വെറും പുഴു മഹാബ്ധി മരുപ്രദേശം...!'

എന്ന കുമാരനാശാന് കവിത വാട്സാപ്പിൽ ടൈപ്പ് ചെയ്ത് ദൈവം ലീപെങ്ങിന്റെ നമ്പരിലേക്കു വിട്ടു. ദൈവത്തിന്റെ നമ്പർ കണ്ട് ലീപെങ് ചിരിച്ചു. ആ മൊബൈലിൽ ഒരു വൈറസായി എങ്ങനെ പ്രവേശിക്കാം എന്ന സാങ്കേതികത എത്രയും പെട്ടെന്ന് കരഗതമാക്കണമെന്ന് ചാര സുന്ദരിയോട് ലീപെങ് നിർദ്ദേശിച്ചു. അല്ലെങ്കിൽ ദൈവത്തെ നാറ്റിക്കാൻ ഈ ചാരക്കണ്ണുള്ള സ്ഥൂലകാമിനിയെ അഴിച്ചുവിടണമെന്ന് ഉറപ്പിച്ചു.

ലീപെങ്ങിന്റെ മനസ്സ് ഒരു കണ്ണാടിപോലെ തിളങ്ങുന്നതു കണ്ടെങ്കിലും ദൈവം അത്ര കാര്യമായെടുത്തില്ല. നടക്കട്ടെ. നടന്നു തളരട്ടെ. അതിനുശേഷം സ്വർഗ്ഗത്തിനും നരകത്തിനും മദ്ധ്യേയുള്ള ഇടനാഴിയിൽ വച്ച് ലീപെങ്ങിനെ കാണുമ്പോൾ ബാക്കി അനുസ്മരിപ്പിക്കാമെന്ന് ദൈവവും ഉറച്ചു. ശേഷം അതിലുമുറച്ച കാൽവയ്പുകളോടെ ദൈവം കൊളസ്ട്രോളിനും ബി പിക്കും ഷുഗറിനുമെതിരെ സമരം നയിച്ച് ഒറ്റയ്ക്ക് മുന്നേറി.

ചിലർ ദൈവത്തെ നോക്കി ദൈവമാണെന്നറിയാതെ ചിരിച്ചു. മറ്റുചിലർ ദൈവമാണെന്നറിഞ്ഞിട്ടും ചിരിക്കാതെ നടന്നു. രണ്ടുകൂട്ടരെയും നോക്കിയ ദൈവം അവർക്ക് വഴിമാറിക്കൊടുത്തു.

'പാവങ്ങൾ നടന്നു നടന്ന് നന്നാവട്ടെ!' ദൈവം മന്ദഹസിച്ചു.

എതിരെ കുറച്ചുപേർ ചില ഗോഗ്വാവിളികളും ആർപ്പുമായി വരുന്നു. ചിലരുടെ കൈയിൽ മരക്കുരിശ്. മറ്റുചിലരുടെ കൈയിൽ മഴുവും ശൂലവും. മൂന്നാമതൊരു കൂട്ടർ ചന്ദ്രക്കലയും നക്ഷത്രവും. ഇവരൊക്കെ പരസ്പരം നോക്കി പല്ലിറുമ്മുകയും പകയോടെ പലതും വിളിച്ചുപറയുകയും ചെയ്യുന്നു. അവരെ ഒരുനിമിഷം നോക്കിനിന്നശേഷം ദൈവം അയകെട്ടാനായി ആരോ വാങ്ങി മതിലിനു മുകളിൽ വച്ചിരുന്ന കരിപ്പൊട്ടിപ്പൊച്ചം ഒരു പിടി കൈയിലെടുത്തു. പിന്നെ രണ്ടാമതൊരു പിടി. അതിനുശേഷം മൂന്നാമതൊരു പിടി. ഓരോ പിടിയിലും ഓരോ പ്രത്യേകതരം കെട്ടും കുടുക്കുമിട്ടശേഷം ദൈവം എതിരെ വരുന്നവർ കാണാതെ അത് ആകാശത്തേക്ക് നിക്ഷേപിച്ചു. അനന്തരം ദൈവം ഭൂമിയിലേക്ക് ഇറങ്ങിവന്നു. തൊട്ടടുത്ത നിമിഷം പ്രച്ഛന്നവേഷധാരിയായി. തൊട്ടുപിന്നാലെ കാറ്റും കൊള്ളിയാനും കൊണ്ട് ചുറ്റും മൂടാപ്പണിയിച്ചു. കടൽ പെരുത്ത് മേഘമാർഗ്ഗത്തിലേക്കുയർന്നു. വലിയ വലിയ മരങ്ങൾ വേരറ്റ് നിലം പതിച്ചു.

ഇത്രയും കഴിയാൻ ഏറിയാൽ ഒന്നോ ഒന്നരയോ മിനിട്ടുമാത്രം. അതിനുശേഷം ദൈവം നോക്കുമ്പോഴുണ്ട് എതിരെ എതിരൻ കതിര

വനെപ്പോലെ വന്ന മൂന്നുകൂട്ടരും അപ്രത്യക്ഷരായിരുന്നു. കോപാകുലരായ ആ മനുഷ്യർ നടന്നുവന്ന വഴിയിലെവിടെയും ഒരു പാദമുദ്രപോലും ദൈവത്തിന് കാണാനായില്ല.

ദൈവം വീണ്ടും നടന്നു.

പൊതുവഴിയിലൂടെ മൂക്കുപൊത്തി നടക്കുന്നവരെ ദൈവം നോക്കി. അധികവും മലയാളികളാണ്. തൊട്ടുപിന്നിൽ തമിഴരും ഗുജറാത്തികളുമൊക്കെയുണ്ട്. തൊട്ടുപിന്നാലെ ഞെട്ടലില്ലാതെ ദൈവം ഒരു കാര്യം തിരിച്ചറിഞ്ഞു. മൂക്കുപൊത്തി നടക്കുന്നവരെല്ലാം തന്നെ ഇന്ത്യക്കാരാണ്. തലയ്ക്കു കയ്യും കൊടുത്ത് നടക്കുന്നത് പാകിസ്ഥാനികൾ. ചിന്താധീനരായവർ റഷ്യക്കാരാണ്. അവർക്കു മുന്നിൽ സമനില തെറ്റിയ മട്ടിൽ ഗോർബച്ചേവ്. ഹുക്കവലിച്ച് എതിരെ നടന്നുവന്ന ആ താടിക്കാരനെ ദൈവം കണ്ടില്ലെന്ന മട്ടിലങ്ങ് നടന്നു. ഫിഡൽ കാസ്ട്രോയെ വിശ്വാസിയാക്കാൻ ശ്രമിക്കുന്നതിനെക്കാൾ നല്ലത് താൻ അവിശ്വാസിയാകുന്നതാണെന്ന് ദൈവത്തിനു തോന്നി.

വൈരത്തിന്റെ ഒരു മോതിരം ഉയർത്തിപ്പിടിച്ച് മുന്നിൽ വന്നുനിന്ന സുന്ദരിയായ പെൺകുട്ടി. അവൾക്ക് ദൈവത്തെ മനസ്സിലായില്ല. പക്ഷേ, തന്റെ ജീവിതത്തിൽ ചില മാറ്റങ്ങൾ കൊണ്ടുവരാൻ കണ്മുന്നിൽ നില്ക്കുന്ന ഈ രൂപത്തിന് സാധിക്കുമെന്ന് അവൾക്ക് തോന്നിയിട്ടുണ്ടാകണം.

ദൈവം അവളുടെ കണ്ണുകളിലേക്ക് നോക്കി. തന്റെ പ്രിയപ്പെട്ടവനാണ് സിംഹത്തിനൊപ്പം നിന്ന് സെൽഫിയെടുക്കാൻ ശ്രമിച്ചതെന്നും ആളിപ്പോൾ സ്വർഗ്ഗത്തിലാണോ നരകത്തിലാണോ എന്നറിയില്ലെന്നും പറഞ്ഞായി അവളുടെ കരച്ചിൽ. ദൈവം അവൾക്ക് മുന്നിൽ സിംഹപ്രസവം പുനഃരവതരിപ്പിച്ചു. കാമുകനൊപ്പം അവൾ നടന്നകലുന്നതു നോക്കി ദൈവം മന്ത്രിച്ചു! സിംഹപുത്രൻ നന്നേ മെലിഞ്ഞുപോയി.

ഇനി സമയമില്ല. പതിവിലേറെ നടന്നുകഴിഞ്ഞു. അധികം കൊളസ്ട്രോൾ കൂറഞ്ഞാലും ഷുഗർ കുറഞ്ഞാലും ബി പി കുറഞ്ഞാലും തട്ടുകേടാണ്. നല്ല ഡോക്ടർമാരൊക്കെ നരകത്തിലായതിനാൽ സ്വർഗ്ഗത്തിലെത്തിയവരെ കണ്ട് പരിശോധിക്കേണ്ടിവരും. അവരിൽ ബഹുഭൂരിപക്ഷംപേരും പരീക്ഷപേപ്പർ തിരുത്തിയും വലിയ ഡൊണേഷൻ നല്കിയും ഡോക്ടർമാരായവരാണ്. രോഗികളെ പരിശോധിക്കുകയോ മനുഷ്യജീവൻ രക്ഷിക്കുകയോ ചെയ്തവരല്ല അവരെന്ന് അടുത്തിടെയാണ് അറിഞ്ഞത്.

“പിന്നെങ്ങനെ ഇവരൊക്കെ സ്വർഗ്ഗത്തിലെത്തി? ദൈവം ചോദിച്ചു.

സ്വർഗ്ഗസ്ഥരായവരൊന്നും അതിനു മറുപടി പറഞ്ഞില്ല. സ്വർഗ്ഗത്തിലും സ്വജനപക്ഷപാതം അഴിമതി, കൈക്കൂലി ഇതൊക്കെ സർവ്വ

വ്യാപകമാണെന്ന അറിവ് ദൈവത്തെ ഞെട്ടിച്ചില്ല. ദൈവദത്തമായ ചില ചിന്തകളിൽ മുഴുകി ദൈവം സ്വർഗ്ഗത്തിനുള്ളിലെ സ്വർഗ്ഗത്തിലേക്കു നടന്നു.

നല്ല കയറ്റുപായ വിരിച്ച നടപ്പാത കടന്ന് മുളകൊണ്ടുനിർമ്മിച്ച ഒരു ഏറുമാടത്തിലേക്ക് ദൈവം ചെന്നു. അവിടെ കാത്തിരുന്ന നാലു പേരെ ദൈവം സുസ്മേരവദനനായി നോക്കി.

വി കെ എന്നും എം പി നാരായണപിള്ളയും ഒ വി വിജയനും കാക്കനാടനുമായിരുന്നു അവർ. അവർക്കു പിന്നിൽ വന്നുനിന്ന യെൻഫീൽഡിൽ നിന്നും ഇറങ്ങി വരുന്നത് ടി എൻ ഗോപകുമാർ.

ദൈവം ചിരിച്ചു.

ബാബുസാർ

"കാറൊന്ന് എടത്തോട്ടുചേർത്ത് നിർത്ത്." മീശത്തുമ്പ് തടവിക്കൊണ്ട് ബാബുസാർ പറഞ്ഞപ്പോൾ ബാലൻപിള്ള ഒന്നു സംശയിച്ചു. ഇത് പതിവുള്ളതല്ല. പ്രഭാഷണം കഴിഞ്ഞ് ഒരു ഡബിൾ സ്ട്രോങ് കാപ്പി കുടിച്ചാൽ പിന്നെ വീട്ടിലെത്തുന്നതുവരെ എവിടെയും കാർ നിർത്താൻ ബാബുസാർ പറയാറില്ല. ഇടയ്ക്ക് അപൂർവ്വമായേ സ്നേഹിതരുടെയോ ബന്ധുക്കളുടെയോ വീടുകളിൽ കയറാറുള്ളു. തനിക്ക് വിശക്കുന്ന നേരമാകുമ്പോൾ സാറിനറിയാം. മൃഷ്ടാന്നഭോജനശേഷം മടങ്ങിവന്ന് കാർ സ്റ്റാർട്ടാക്കി നേരേ മമ്മീസ് കോളനിയിലേക്ക് യാത്ര തുടരണം എന്ന മുന്നറിയിപ്പോടെ സാർ കണ്ണടച്ചിരിക്കും. ഉറങ്ങുകയല്ലെന്ന് ബാലൻപിള്ളയ്ക്കറിയാം. ഇടയ്ക്ക് ചെറുകെ ചിരിക്കുന്നതൊക്കെ തിരിഞ്ഞുനോക്കിയും നോക്കാതെയും പിള്ള കണ്ടിട്ടുണ്ട്.

ടൗൺഹാളിൽനിന്നും പുറത്തേക്കിറങ്ങുമ്പോൾ നാലഞ്ച് വയസ്സുതോന്നിക്കുന്ന ഒരു പെൺകുഞ്ഞ് സാറിനുനേരെ കുമ്പുനീർത്തി കാണിച്ചു. സംഘാടകരിൽ ഒരാൾ സാറിന്റെ കാറിൽ കൊണ്ടുവെക്കാനായി കരുതിയ ബൊക്കെ കയ്യോടെ വാങ്ങി ആ കുട്ടിക്കു നല്കിയ സാർ പതിവുപോലെ ബാലൻപിള്ളയെ നോക്കിയൊന്ന് ചിരിച്ചു. പിള്ളയ്ക്കും ചെറിയൊരു ചിരി പൊട്ടി. ഇതു പതിവുള്ളതാണ്. അല്ലെങ്കിൽ ലഭിക്കുന്ന ബൊക്കയും ഫലകവുമൊക്കെ സൂക്ഷിക്കാൻ വേറെ വീടുവാടകക്കെടുക്കേണ്ടി വരുമെന്ന് സാർ പറയാറുള്ളതാണല്ലോ.

ഭക്ഷണം വീട്ടിൽനിന്നു കഴിച്ചു മടങ്ങാമെന്നു പറഞ്ഞ സംഘാടകനോട് വേണ്ട എനിക്കും ഇവനും ഹോട്ടൽ ഭക്ഷണം കഴിക്കാൻ കിട്ടുന്ന അവസരം ഇതുപോലുള്ള യാത്രകളാണ്. അതു തടസ്സപ്പെടുത്തരുതെന്ന് സ്നേഹപൂർവ്വം പറഞ്ഞ് സാർ കാറിലേക്കു കയറി.

ഇന്നെങ്കിലും നേരത്തെ കിടന്നുറങ്ങാമെന്ന് ബാലൻപിള്ള ആശിച്ചു. മൂന്നു മൂന്നര മണിക്കൂർകൊണ്ട് തിരുവനന്തപുരത്തെത്താം. സാറിനുള്ള രാത്രിഭക്ഷണം ജോണിക്കുട്ടി കൊണ്ടുവെച്ചിട്ടുണ്ടാകും. ഭാര്യയുടെ മരണശേഷം സ്വന്തംവീട്ടിലെ അടുക്കളയിൽ ലൈറ്റിടാൻ പോലും സാർ താല്പര്യം കാണിക്കാറില്ല. മിക്സിയുടെയും ഗ്രൈൻഡറിന്റെയുമൊന്നും ശബ്ദം കേൾക്കാൻ പാടില്ല. അതുകൊണ്ടാണ് ജോണിക്കുട്ടി സ്വന്തം വീട്ടിൽനിന്നും മൂന്നുനേരം രണ്ടുപേർക്കുള്ള ഭക്ഷണം തയ്യാറാക്കി വരുന്നത്.

സാർ പറഞ്ഞത് ബാലൻപിള്ള ഓർത്തു:

"പിള്ളാച്ചാ, അയാളില്ലാത്ത അടുക്കള ഇനി അധികം തുറക്കണ്ട."

വണ്ടി സൈഡാക്കി പിള്ള നോക്കുമ്പോൾ ബാബുസാർ കണ്ണടച്ചി രിക്കുന്നു. കണ്ണുകൾ തുറക്കുംവരെ പിള്ള സാറിന്റെ മുഖത്തേക്ക് നോക്കി യിരുന്നു. തന്നോടു ഭക്ഷണം കഴിച്ചുവരാൻ പറയാനാകുമോ കാർ നിർത്താൻ പറഞ്ഞത്: അതോ ഏതെങ്കിലും സുഹൃത്തുക്കളുടെ വീട്ടിൽ കയറാനാകുമോ. അതുമല്ലെങ്കിൽ എന്തെങ്കിലും വാങ്ങാനാകുമോ... ഇങ്ങനെയൊക്കെ ആലോചിച്ചിരുന്ന ബാലൻപിള്ളയോട് ബാബുസാർ ചോദിച്ചു.

"ദാ, ആ വലതുവശത്തു കാണുന്ന കട കണ്ടോ പിള്ളേ?"

"കണ്ടു സാർ" ബാലൻപിള്ള തുടർന്നു.

"അതൊരു ശവപ്പെട്ടിക്കടയല്ലേ?"

ബാബുസാറിനു പിന്നാലെ ബാലൻപിള്ള നടന്നു. ശവപ്പെട്ടി ക്കടയടച്ച് വീട്ടിലേക്കു പോകാനുള്ള തയ്യാറെടുപ്പിലാണ് കടയുടമ. ബാബുസാറിനെ കൈകൂപ്പി അയാൾ ആദരപൂർവ്വം സ്വീകരിച്ചു.

"എന്തൊക്കെയാ വാറുണ്ണീ വിശേഷം?" ബാബുസാർ ചിരിച്ചു "ചാക്കാലയൊക്കെ മൊറയ്ക്ക് നടക്കുന്നുണ്ടല്ലോ അല്ലേ?"

വാറുണ്ണി പണപ്പെട്ടി പൂട്ടി താക്കോൽ പോക്കറ്റിലിട്ട് മറുചിരി ചിരിച്ചു.

"എന്നാ പറയാനാ സാറേ മരണമൊക്കെ തീരെ കൊറവാ ഈ ഇട വകേല്. കർത്താവ് കൂടുതൽ കരുണാമയനാണെന്നാ തോന്നുന്നത്!"

ഒരുകാലത്ത് നഗരത്തെ കിടുകിട വിറപ്പിച്ച വാറുണ്ണിയെന്ന അധോ ലോകന്റെ ഒരു കൈ പ്രതിനായകൻ വെട്ടിമാറ്റിയതാണ്. ഇടതുകൈ കൊണ്ടാണ് വാറുണ്ണി ശവപ്പെട്ടിക്കടയിലെ ജോലികൾ ചെയ്യുന്നത്.

"ആൾ ചില്ലറക്കാരനല്ല. മൂന്ന് കൊലക്കേസ്സുകൾക്ക് ശിക്ഷ ഒന്നി ച്ചനുഭവിച്ചവൻ. ആറേഴെണ്ണം തെളിവില്ലാതെ വെറുതെ വിട്ടു. പിന്നൊ ന്നുണ്ട് ബാലാ, നമ്മുടെ വാറുണ്ണി മാനഭംഗം, പിടിച്ചുപറിക്കേസു കളിലൊന്നും ഇത്രനാളും പ്രതിയായിട്ടില്ല!"

ബാബുസാർ ഇത്രയും പറഞ്ഞതും ഒരു ശവപ്പെട്ടിയിൽ പറ്റിപ്പിടി ച്ചിരുന്ന പൊടി സ്വാധീനമുള്ള വലതുകൈകൊണ്ട് വാറുണ്ണി തുടച്ചു.

“പ്രതിയാകാത്തതല്ല സാറേ, ദൈവത്തിന് നിരക്കാത്തതൊന്നും ഈ വാറുണ്ണി ചെയ്തിട്ടില്ല!”

വാറുണ്ണി അതു പറയുമ്പോൾ അയാളുടെ കണ്ണുകളിൽ തിളക്കം വർദ്ധിച്ചതുപോലെ ബാലൻപിള്ളയ്ക്ക് തോന്നി.

“സാറിന്റെ വേദശബ്ദരത്നാകരം വായിച്ചു തുടങ്ങിയിട്ട് മാസം രണ്ടു മൂന്നായി. തീർന്നിട്ടില്ലെന്നല്ല പകുതി പോലുമായിട്ടില്ല.” വാറുണ്ണി തുടർന്നു:

“അതിനുവേണ്ടി ഉറക്കമൊഴിഞ്ഞതിന്റെയാ. ഇപ്പോഴും ഒരു കറുത്ത പാട് സാറിന്റെ കൺതടങ്ങളിലുണ്ട്.”

ബാബുപോൾ കയറി വന്നതുകണ്ടപ്പോൾ തന്നെ വാറുണ്ണി കടയിലെ എല്ലാ ലൈറ്റുകളും തെളിച്ചു. ഓരോ ശവപ്പെട്ടിയിലും വെളിച്ചം പലതരം തിളക്കം വിതാനിച്ചു.

“ഇത് ബാലൻപിള്ള. പുതിയ പുള്ളിയാ വാറുണ്ണീ. പഴയ എന്റെ കാര്യസ്ഥനെ ഞാൻ വിദേശത്തയച്ചു. ആഫ്രിക്കയിൽ ഒരു ഖനിമുതലാളിയുടെ ഡ്രൈവറായി. ബാലൻപിള്ളയ്ക്കും എനിക്കും ഒരേ പ്രായമാ. ഒരേ നക്ഷത്രവും!”

ശവപ്പെട്ടിക്കടയിലേക്കു കാലെടുത്തു വെക്കാൻ മടിച്ചുനിന്ന ബാലൻപിള്ളയെ നോക്കി ബാബുസാർ കണ്ണിറുക്കി. വാറുണ്ണി തൊട്ടടുത്ത തട്ടുകടയിലേക്കു നോക്കി ആംഗ്യം കാണിച്ചതിന് ഫലമുണ്ടായി. മുടന്തുള്ള ഒരാൾ കടുപ്പത്തിലുള്ള മൂന്ന് കാപ്പിയുമായി ശവപ്പെട്ടിക്കടയിലേക്കു കയറിവന്നു.

“നീ ഈ സാറിനെ അറിയുമോടാ?” വാറുണ്ണി വെറുതെ മീശ പിരിച്ചു.

‘‘പിന്നറിയാതെ. ഇത് നമ്മൾടെ ബാബുപോൾ സാറല്ലേ. പത്രത്തിലും ടീവിലുമൊക്കെ സാറിനെ കണ്ടിട്ടുണ്ട് ഞാൻ.”

ബാബുസാറിനെ നോക്കി തട്ടുകടക്കാരൻ തലചൊറിഞ്ഞു.

“നീ ചെന്ന് ചായയടി. ഞാൻ സാറിനോടൊന്ന് സംസാരിക്കട്ടെ.”

“അല്ല. സാറേ അടുത്തിടെയായി ഈ വഴിക്കൊന്നും വരാറില്ലേ?”

വാറുണ്ണി ബാബുസാറിനരികിലേക്ക് കുറച്ചുകൂടി അടുത്തുനിന്നു.

“യാത്രയൊക്കെ കുറച്ചു വാറുണ്ണീ. വയസ്സ് എഴുപത്തൊന്നായില്ലേ? ദീർഘദൂര റോഡ് യാത്ര ആയാസകരമായി തുടങ്ങി.”

ബാബുസാർ ചുമരിൽ തൂക്കിയിരിക്കുന്ന ക്രിസ്തുവിന്റെ അവസാനത്തെ അത്താഴത്തിലേക്കു നോക്കിനിന്നു. വാറുണ്ണി കുരിശുവരച്ചു.

“ഇറങ്ങട്ടെ വാറുണ്ണീ. അതിനുമുമ്പ് ഒരു കാര്യം. ദാ ഈ ശവപ്പെട്ടിക്ക് എന്ത് വെലയാ?”

ബാലൻപിള്ളയ്ക്ക് ഒന്നും മനസ്സിലായില്ല. എന്തിനാണ് ബാബുസാറിന്റെ പുറപ്പാടെന്ന് ഒരെത്തുംപിടിയും കിട്ടാതെ പിള്ള നിന്നു.

വാറുണ്ണി ചുമരോടു ചേർത്തുവെച്ചിരുന്ന ശവപ്പെട്ടിയിലേക്ക് നോക്കി

ചിലതൊക്കെ വിശദീകരിച്ചു.

സ്റ്റോക്കുള്ളതിൽ ഏറ്റവും മുന്തിയതാണ് സാധനം. ചന്ദനത്തടിയാണ് അധികവും. വർഷത്തിൽ ഒന്നോ രണ്ടോ മാത്രമേ ഇതുപോലുള്ളത് വിറ്റുപോകൂ. കടയ്ക്കൊരു ഐശ്വര്യമാണ് ഇങ്ങനെയൊന്ന്. ഒന്നുവിറ്റുപോയാലേ മറ്റൊന്ന് എടുത്തുവെക്കൂ. അവസാനമായി ഇങ്ങനെയൊരു ശവപ്പെട്ടി വാങ്ങിക്കൊണ്ടുപോയത് കുമ്പനാട്ടെ ഫ്റാങ്ക്ളിനാണ്. മരണശേഷം മക്കൾ തന്റെ ദേഹം ഒരസാധാരണത്വവുമില്ലാത്ത ശവപ്പെട്ടിയിൽ കിടത്തി മറവുചെയ്യുമെന്ന് അയാൾക്ക് തോന്നി. അതുകൊണ്ട് മുൻകൂട്ടി വന്ന് വിലകൂടിയ ശവപ്പെട്ടികളിലൊന്ന് ബുക്ക് ചെയ്ത് കൊണ്ടുപോകുകയായിരുന്നു അയാൾ. ചോദിച്ചതിനേക്കാൾ മൂവായിരം രൂപ കൂടുതലും കിട്ടി. ആ ശവപ്പെട്ടിയെക്കാൾ കാണാൻ ചേലൊണ്ട് ഇതിന്.

ഒന്നുരണ്ടു ശവപ്പെട്ടികൾകൂടി സവിസ്തരം കണ്ടശേഷം ബാബുസാർ വാറുണ്ണിയെ നോക്കി.

“സാറിനോട് ഞാൻ വെല ചോദിക്കില്ല. സാറ് ഇഷ്ടമുള്ളത് ഇങ്ങ് തന്നാൽ മതി. അല്ല, ആർക്കുവേണ്ടിയാ ഇത്?”

ബാബുസാർ ബാലൻപിള്ളയെ നോക്കി. ആനയ്ക്ക് മദമിളകുന്നതു മനസ്സിലാകും. തോട്ടിക്കു മദമിളകിയാലോ എന്ന ഭാവത്തിലാണ് പിള്ളയുടെ നില്പ്. ഇങ്ങനെയൊരു ശവപ്പെട്ടി വാങ്ങിക്കൊണ്ടുപോകാൻ ആരാണ് മരിച്ചതെന്ന് ചോദിക്കാൻ തുടങ്ങുംമുമ്പ് വാറുണ്ണിയെയും ബാലൻപിള്ളയെയും മാറിമാറി നോക്കി ബാബുസാർ പറഞ്ഞു:

“നോക്കൂ വാറുണ്ണീ, തന്റെ ലാഭവിഹിതമൊന്നും നഷ്ടപ്പെടുത്തണ്ട. പറ, ഈ ശവപ്പെട്ടി എന്ത് വിലയ്ക്കുകൊടുക്കാനാ തന്റെ ഉദ്ദേശം?”

ശവപ്പെട്ടിയുടെ തിളക്കത്തിലൂടെ വിരലോടിച്ച് ബാബുസാർ ചിരിച്ചു.

“എന്റെ സാറേ, വെറുതെ മനുഷ്യനെ ധർമ്മസങ്കടത്തിലകപ്പെടുത്തല്ലേ. സാറ് സീരിയസ്സായിട്ടാ?” വാറുണ്ണി മേശയ്ക്കടിയിൽ നിന്നുമെടുത്ത തുണികൊണ്ട് ആ ശവപ്പെട്ടിയൊന്ന് തുടച്ചു.

“ആരാ മരിച്ചത് സാറേ. പത്ത് പുത്തനുള്ള പാർട്ടിയാണെന്നു തോന്നുന്നെല്ലോ.” വാറുണ്ണി സംശയിച്ചുനിന്നു.

ബാബുസാർ ബാലൻപിള്ളയ്ക്ക് നേരേ തിരിഞ്ഞു.

“താൻ ആ ചെക്ക് ബുക്കിങ്ങെടുക്ക്.”

മറ്റു സംശയങ്ങൾക്കൊന്നും പ്രസക്തിയില്ലെന്നു തോന്നിയ ബാലൻപിള്ള കാറിലുണ്ടായിരുന്ന ബാഗ് തുറന്ന് ചെക്ക്ബുക്കെടുത്തു. എന്താണ് ബാബുസാറിന്റെ അടുത്ത നീക്കമെന്ന ചിന്ത ബാലൻപിള്ളയ്ക്കുണ്ടായി. ഒന്നും ആലോചിച്ചിട്ടുകാര്യമില്ല. വാറുണ്ണിയുമായി എന്തൊക്കെയോ സംസാരിച്ച് ചിരിച്ചുനില്ക്കുന്ന ബാബുസാർ പേന തുറന്നു പിടിച്ചിട്ടുണ്ട്.

ചെക്ക് ലീഫിൽ ഒപ്പിട്ട് അത് കീറിയെടുത്ത് ബാബുസാർ വാറുണ്ണിക്കു നല്കി.

"തനിക്ക് ഇഷ്ടമുള്ള കാശ് എഴുതിയെടുത്തോ. വണ്ടിചെക്കൊന്നുമല്ല. പേടിക്കണ്ട. നാളെ ബാങ്കിൽ കൊടുക്ക്." ഇത്രയും പറഞ്ഞ ബാബുസാർ അവസാനത്തെ അത്താഴത്തിലേക്ക് ഒന്നുകൂടി നോക്കി.

"പിള്ളേ ഈ ശവപ്പെട്ടിയെടുത്ത് കാറിൽ വെക്ക്."

വാറുണ്ണി ശവപ്പെട്ടി കാറിലേക്കെടുക്കാനായി ഒന്നുകൂടി തുടച്ച് മിനുക്കി.

"പൊറകിലേ സീറ്റിലേ ഇത് വെക്കാനൊക്കു. അങ്ങനെ ചെയ്താൽ സാറെവിടെ ഇരിക്കും?"

ബാലൻപിള്ള ചോദിച്ചു.

"ഡിക്കിയിൽ കൊള്ളും."

ബാബുസാർ തീർച്ചയോടെ പറഞ്ഞു.

വാറുണ്ണി തട്ടുകടക്കാരനെ കൈകൊട്ടി വിളിച്ചു. അയാൾ ഉളിപായുംപോലെ ശവപ്പെട്ടിക്കടയിലേക്കു വന്നു. മൂവരുംകൂടി ആ ശവപ്പെട്ടി കാറിലേക്കെടുത്തു.

"സാറ് പറഞ്ഞത് കറക്ടാ. ഡിക്കിയിൽ ഒന്നുയർത്തി ചെരിച്ചുവെച്ചാൽ ശവപ്പെട്ടി ഭദ്രം."

വാറുണ്ണി പറഞ്ഞു.

പോക്കറ്റിൽ നിന്നുമെടുത്ത കാശ് എണ്ണിനോക്കാതെ തട്ടുകടക്കാരന്റെ കയ്യിൽ കൊടുത്തശേഷം ബാബുസാർ നടന്നു.

"എടോ വാറുണ്ണീ, ഭാഗ്യമുണ്ടെങ്കിൽ വീണ്ടും കാണാം." ബാബുസാറിനുനേരെ കൈകൂപ്പി നിന്ന വാറുണ്ണി ബാലൻപിള്ളയോടു ചോദിച്ചു:

"ആരാടോ മരിച്ചത്?"

"മടക്കയാത്രയിൽ ചോദിച്ചു മനസ്സിലാക്കാം വാറുണ്ണീ." ബാലൻപിള്ള ചിരിച്ചു.

ചെറിയൊരു കാറ്റ് വീശാൻ തുടങ്ങി. മഴമുഴക്കവും കേൾക്കാനുണ്ട്. ഒരു സംഘം അയ്യപ്പന്മാർ കരിമല കയറാനുള്ള ആവേശത്തിൽ ശരണം വിളിച്ചുനടന്നുപോകുന്നു. കൂട്ടത്തിൽ കന്നിസ്വാമിയെന്നു തോന്നുന്ന കുട്ടി മുന്നിൽ നടക്കുന്നുണ്ട്. കറുപ്പുസ്വാമി പിന്നിലും. അതു നോക്കി ബാബുസാർ ബാലൻപിള്ളയോട് ചോദിച്ചു:

"പിള്ള മല കയറിയിട്ടുണ്ടോ?"

"ഉണ്ടോന്നോ. എന്റെ സാറേ പതിനെട്ടു മല കയറിയിട്ടുണ്ട് ഈ പിള്ള. ഇപ്പോൾ വയ്യ സാറേ. കിതപ്പ് സഹിക്കാൻ കഴിയുന്നില്ല."

വരണ്ട ചുമ ചുമച്ചശേഷം ബാലൻപിള്ള കാർ സ്റ്റാർട്ടാക്കി.

"ഇന്നെത്ര സിഗരറ്റ് വലിച്ചു?" ബാബുസാർ ചോദിച്ചു. പിള്ള ഒന്നു പരുങ്ങി. സാറ് കാൺകെ വലിച്ചത് രണ്ടുതവണയാണ്. അത് പറഞ്ഞപ്പോഴുള്ള സാറിന്റെ മറുപടിയ്ക്ക് ബാലൻപിള്ള മറുപടി പറഞ്ഞില്ല.

"അയ്യപ്പാ" പിള്ളയുടെ ശബ്ദം ഇടറി.

സ്റ്റാർട്ടായിനിന്ന കാർ തന്നെ ഓഫായി. നേരത്തെ തുടങ്ങിയ കാറ്റ് ശക്തിപ്പെട്ട് മരിച്ചില്ലകളൊടിച്ച് പറത്തുംവിധം ശക്തിപ്പെട്ടുതുടങ്ങി. മഴ പെയ്തില്ല. കൂരാപ്പ് രാത്രിയോട് കുഴഞ്ഞുചേർന്നു. പെട്ടെന്ന് പിള്ള തിരിഞ്ഞുനോക്കി. സീറ്റിൽ ബാബുസാറിനെ കാണുന്നുണ്ടായിരുന്നില്ല. ബാലൻപിള്ള കണ്ണുകളൊന്ന് ഇറുക്കിയടച്ചു. ഹോൺ മുഴക്കി. ശബ്ദം പുറത്തുവന്നില്ല. കാലിയായി കിടന്ന സീറ്റിൽ സാറിന്റെ ബാഗ് ഭദ്രമായുണ്ട്. പുറത്തുകിടന്ന ചെക്ക്ബുക്ക് ബാഗിനുള്ളിൽവെച്ച് ബാലൻപിള്ള ശവപ്പെട്ടിക്കടയിലേക്കു നോക്കിയിരുന്നു.

നോക്കിനിന്ന വാറുണ്ണി കാറിനരികിലേക്ക് ഓടി വന്നു. "എന്താ പിള്ളേ വണ്ടി കേടായോ?" ചോദിച്ചുതീരുംമുമ്പ് പിള്ള കാർ വീണ്ടും സ്റ്റാർട്ടാക്കി. ഹെഡ്‌ലൈറ്റ് തെളിച്ചു. ഹോണടിച്ചു. എല്ലാം ഭദ്രം. പക്ഷേ, സീറ്റിൽ ബാബുസാറിനെ മാത്രം കാണുന്നുണ്ടായിരുന്നില്ല. തല പെരുക്കുന്നതുപോലെ തോന്നി ബാലൻപിള്ളയ്ക്ക്.

"വണ്ടിയെടുക്ക് പിള്ളാച്ചാ." ബാബുസാറിന്റെ ശബ്ദം.

"വാറുണ്ണീ വിശേഷിച്ചൊന്നുമില്ലല്ലോ?"

ചോദ്യം കേട്ട വാറുണ്ണി ബാബുസാറിനുനേരേ നോക്കി യാത്ര പറഞ്ഞു.

"കാണാം സാർ." വാറുണ്ണി

"ഭാഗ്യമുണ്ടെങ്കിൽ!" ബാബുപോൾ.

"ഭാഗ്യമുണ്ട്." വാറുണ്ണി.

കാർ തിരിക്കിട്ട വഴികളിലൂടെ മുന്നോട്ടുനീങ്ങി. തിരിഞ്ഞുനോക്കിയ ബാലൻപിള്ള ഇടയ്ക്ക് ബാബുസാറിനെ യഥാസ്ഥാനത്ത് കാണുകയും ഇടയ്ക്ക് കാണാതിരിക്കുകയും ചെയ്തു. ഇതൊക്കെ തന്റെ വെറും തോന്നലുകളാണെന്ന് ബാലൻപിള്ള സ്വയം വിശ്വസിക്കാൻ ശ്രമിച്ചു. അവസാനം നോക്കുമ്പോൾ നല്ല ഉറക്കത്തിലായിരുന്നു ബാബുസാർ.

പാണ്ഡവൻപാറയ്ക്കു തൊട്ടു താഴെയെത്തിയപ്പോൾ ബാലൻപിള്ള വീണ്ടും തിരിഞ്ഞുനോക്കി. ഇല്ല, അത്രനേരവും കണ്ട സീറ്റിൽ ബാബുസാറിനെ കാണാനുണ്ടായിരുന്നില്ല.

"ഈശ്വരാ." പിള്ള നെഞ്ച് തടവി.

അപ്പോൾ റോഡിൽ തിരക്ക് കാര്യമായിട്ടുണ്ടായിരുന്നില്ല. ഒന്നുരണ്ട് ആംബുലൻസുകൾ തിരക്കിട്ട് കടന്നുപോയപ്പോഴൊക്കെ ബാലൻപിള്ള ബ്രേക്ക് ചവിട്ടി.

ഇല്ല, ബാബുസാറിന്റെ കണ്ണടയും കർചീഫും മാത്രമേ പിൻസീറ്റിൽ കാണാനുള്ളൂ. വണ്ടി സൈഡൊതുക്കിയ പിള്ള ഇരുട്ടിന്റെ മറപറ്റി നിന്നൊന്നു മൂത്രമൊഴിച്ചു. പിന്നിലെ ഡോർ തുറന്ന് അകത്തേക്ക് തലയിട്ട് വിശദമായൊന്ന് പരിശോധിച്ച ബാലൻപിള്ള ആകെ നടുങ്ങിവിറച്ചു. ശവപ്പെട്ടിക്കുള്ളിൽ ശാന്തനായും സൗമ്യനായും മലർന്നുകിടക്കുന്ന ബാബു

സാർ.

"ബാലൻപിള്ളേ ആ പാട്ടൊന്ന് വെക്ക്." ബാബുസാർ.

"ഏതു പാട്ട്?" ബാലൻപിള്ള

"സമയമാംരഥത്തിൽ!" ബാബുസാർ.

"സാറെന്തിന് ശവപ്പെട്ടീൽ കയറിക്കിടക്കുന്നത്. പുറത്തിറങ്ങി ഈ സീറ്റിൽ വന്നിരിക്ക്." ബാലൻപിള്ളയുടെ ശബ്ദത്തിൽ തെല്ലൊരമ്പരപ്പുണ്ടായിരുന്നു.

"താൻ പറഞ്ഞതനുസരിക്ക്. ആദ്യം വണ്ടിയെടുക്ക്. പിന്നെ സമയമാം രഥത്തിൽ...!"

ബാലൻപിള്ള അത് അതേപടി അനുസരിച്ചു. യാത്ര തുടർന്നു. നോക്കുമ്പോഴൊക്കെ ശവപ്പെട്ടിക്കുള്ളിൽനിന്നും ശബ്ദം താഴ്ത്തിയുള്ള സാറിന്റെ സംഭാഷണം കേൾക്കുന്നതുപോലെ തോന്നി. ഇടയ്ക്ക് പാട്ട് തീർന്ന ഇടവേളയിൽ ബാലൻപിള്ള കാറിന്റെ വേഗത കുറച്ചു.

"ഈ ശവപ്പെട്ടി എവിടെ കൊടുക്കാനുള്ളതാ?" ബാലൻപിള്ളയുടെ ചോദ്യത്തിന് പെട്ടെന്നുതന്നെ ഉത്തരം വന്നു.

"ഇത് ആർക്കും കൊടുക്കാനുള്ളതല്ല, എന്നെ അടക്കാനുള്ളതാ. താൻ അത് ശ്രദ്ധിച്ചുകൊള്ളണം. ഞാൻ മരിച്ചുകഴിഞ്ഞാൽ ഈ പെട്ടിക്കുള്ളിലാക്കി വേണം എന്നെ നാട്ടിലേക്കു വിടാൻ."

പിള്ളയ്ക്ക് മറ്റുവഴിയൊന്നുമുണ്ടായിരുന്നില്ല. അത്രനാളുമോടിക്കാത്ത വേഗതയിൽ പിള്ള കാറോടിച്ചു. സാധാരണ വേഗത കൂടിയാലുടൻ ബാബുസാർ ഇടപെടാറുള്ളതാണ്.

'വേണ്ട പിള്ളേ, ഇത്രയും വേഗത വേണ്ട' എന്നോ 'മുന്നാലെ വന്നവർ പിന്നാലെ പോകുന്നു മുന്നാലെ വന്നവർ പിന്നാലെ പോകുന്നു' എന്നോ പറഞ്ഞ് നിരുത്സാഹപ്പെടുത്തുന്നതും പതിവാണ്. അപ്പോൾ അങ്ങനെയൊന്നും പറയാതെ ബാബുസാർ വേഗത ആസ്വദിക്കുന്നതുപോലെ തോന്നി ബാലൻപിള്ളയ്ക്ക്.

എത്രയും പെട്ടെന്ന് വീട്ടിലെത്തണമെന്ന് കരുതി പിള്ള വീണ്ടും വേഗതകൂട്ടി കാറോടിച്ചു. ഇടയ്ക്ക് ഒരു നായ കുറുകെ ചാടി. ബ്രേക്കിട്ട പിള്ള തിരിഞ്ഞുനോക്കി. യാതൊന്നും പറയാതെ സീറ്റിൽ യഥാസ്ഥാനത്ത് ബെൽറ്റിട്ടിരുന്ന ബാബുസാർ മുന്നിലേക്ക് ചാഞ്ഞ് ബാലൻപിള്ളയുടെ ചുമലിൽത്തട്ടി.

"ആ പട്ടിയുടെ ജീവൻ തന്നോടു കടപ്പെട്ടിരിക്കുന്നു!" തെരുവിലെ അരണ്ട വെളിച്ചത്തിൽ ഓടിയകലുന്ന ആ നായയെ ബാലൻപിള്ള നോക്കി. നെഞ്ച് വീണ്ടും തടവി.

"ഈ ശവപ്പെട്ടി?" ബാബുസാർ നേരത്തെ പറഞ്ഞത് വിശ്വാസം വരാത്തതുകൊണ്ടാണ് പിള്ള വീണ്ടും ചോദിച്ചത്.

"പിള്ളേ, വീട്ടിലെത്തുമ്പോൾ വൈകും. താൻ ഇഷ്ടമുള്ള ഹോട്ടലിൽ കയറി ഒരു കട്ടനടിക്ക്." വിഷയത്തിൽനിന്നും തന്റെ ശ്രദ്ധ തിരിച്ചു

വിടാനുള്ള സാറിന്റെ നൊടിവിദ്യയാണതെന്ന് പിള്ളയ്ക്ക് മനസ്സിലായി.

"വേണ്ട സാർ, ഇന്നെനിക്ക് കട്ടൻ വേണ്ട. വയറ്റിലെന്തോ ഒരുരുണ്ടുകേറ്റം." പിള്ള.

"എന്നാൽ ആശുപത്രി കണ്ടാൽ നിർത്ത്." ബാബുസാർ.

"അതുവേണ്ട സാർ. രാത്രികൊണ്ട് തീരുന്ന ദീനമേയുള്ളു."

കാർ നഗരത്തിലേക്ക് പ്രവേശിച്ചു.

"സാർ ശവപ്പെട്ടി എവിടെ കൊടുക്കണം?"

ബാലൻപിള്ളയുടെ ആവർത്തിച്ചുള്ള ചോദ്യംകേട്ട ബാബുസാർ പറഞ്ഞു:

"ജോണിക്കുട്ടി വീട്ടിൽ കാത്തുനില്ക്കുന്നുണ്ട്. താനും അവനും ചേർന്ന് ഇത് ഭദ്രമായെടുത്ത് അകത്ത് വെക്കണം. പൊടിയടിക്കാതെ ഒരു ഷീറ്റു കൊണ്ട് മൂടിവെക്കണം.

ങാ, പിന്നൊരു കാര്യം പ്രത്യേകം ശ്രദ്ധിക്കണം. എലികയറി ശവപ്പെട്ടി കരളാതെ നോക്കണം."

"ശരി സർ." ബാലൻപിള്ള വീട്ടിലേക്കുള്ള ഗേറ്റു തുറന്നുനില്ക്കുന്ന ജോണിക്കുട്ടിയെ കണ്ടു.

കാർ നിന്നതും ബാബുസാർ പുറത്തേക്കിറങ്ങി. ലെറ്റർബോക്സ് തുറന്ന് ചില വാരികകളും പുസ്തകങ്ങളും കത്തുമൊക്കെയെടുത്ത് അകത്തേക്കു പോയി.

"ജോണിക്കുട്ടീ, പിള്ളാച്ചനെ ഒന്നു സഹായിച്ചുകൊടുക്ക്. നാളെ വീടൊക്കെയൊന്ന് തുടച്ച് വെടിപ്പാക്കണം. ഓണത്തിന് അധികം ദിവസ്സമില്ലല്ലോ."

ബാബുസാറിനു പിന്നാലെ വാതിൽക്കൽവരെ ജോണിക്കുട്ടി നടന്നു.

പ്രഭാതമായി.

പത്രംവന്നു. പാൽവന്നു. ജോണിക്കുട്ടി ബെല്ലടിച്ചിട്ടും ചുറ്റുമുള്ള വാതിലിൽ തെരുതെരെ മുട്ടിയിട്ടും ആളനക്കമൊന്നുമില്ലാതെ വീട് നിശ്ശബ്ദതയിൽ മൂടിനില്ക്കുകയാണ്. സാധാരണ ബാലൻപിള്ള മുന്നിൽ തന്നെയുണ്ടാകുന്നതാണ്. ബാബുസാർ വെച്ചിട്ടുള്ള അതിഥികൾക്കുള്ള നോട്ടുപുസ്തകത്തിൽ താൻ വന്നവിവരം എഴുതിവെച്ചശേഷം ഗേറ്റടച്ച് പുറത്തേക്കുപോകാൻ തുടങ്ങുമ്പോഴാണ് പുറത്തുനിന്നും വരുന്ന ബാലൻപിള്ളയെ ജോണിക്കുട്ടി കണ്ടത്.

"സാറെവിടെ?" ജോണിക്കുട്ടി ചോദിച്ചു ശവപ്പെട്ടിക്കു കാവലിരിക്കാൻ തന്നെക്കൊണ്ടാവില്ലെന്നും, അതെടുത്തു മാറ്റാതെ മനസ്സമാധാനത്തോടെ കിടന്നുറങ്ങാനാവില്ലെന്നും പറഞ്ഞ് ബാലൻപിള്ള മതിൽ ചാരിനിന്നു. പിന്നീട് വീടിന്റെ വാതിൽ തുറന്ന് അകത്തേക്ക് കയറിയ ജോണിക്കുട്ടി ആ കാഴ്ച്ചകണ്ട് മൂക്കത്ത് വിരൽവെച്ചു.

നല്ല തൂവെള്ള വസ്ത്രം ധരിച്ച് ശവപ്പെട്ടിക്കുള്ളിൽ ചിരി തൂകുന്ന മുഖവുമായി ബാബുസാർ. എന്തു പറയണമെന്നറിയാതെ പരസ്പരം

നോക്കിനിന്ന ജോണിക്കുട്ടിയോടും ബാലൻപിള്ളയോടും ബാബുസാർ പറഞ്ഞു:

"നിങ്ങൾ വേഗം തയ്യാറാക്. ഇപ്പോൾ പുറപ്പെട്ടാലേ ഉച്ചയ്ക്കുമുമ്പ് കുറുപ്പുന്തുറയെത്തു."

"എന്തിനാ ഇന്നങ്ങോട്ട് പോകുന്നത്. ഇന്നലെ അതേക്കുറിച്ചൊന്നും പറഞ്ഞില്ലല്ലോ." ബാലൻപിള്ള.

"അത് നേരാ. നിങ്ങൾ പതുക്കെ കാറുംകൊണ്ട് കുറുപ്പുന്തുറയെത്തിക്കോ. ഞാൻ അവിടെ കുര്യച്ചന്റെ വീട്ടിലുണ്ടാകും. അവന്റെ കൊച്ചുമോൾടെ മാമോദീസയാ ഇന്ന്."

ജോണിക്കുട്ടിയും ബാലൻപിള്ളയും അത്ഭുതത്തോടെ ആ കാഴ്ച നോക്കിനിന്നു.

മുൻവാതിൽ താനേ തുറന്നു. ഒരു വിമാനത്തിന്റെ പറന്നുയരലിനെ അനുസ്മരിക്കുംവിധം ബാബുപോൾസാറിനെയും വഹിച്ച് ആ ശവപേടകം കോട്ടയം ഭാഗത്തേക്ക് പറന്നുയർന്നു.

പരുന്ത്

സുജാതയുടെ സ്വപ്നത്തിലേക്ക് ഒരു പരുന്ത് താഴ്ന്നു പറന്നത് അന്നാദ്യമായാണ്. അത്രനാളും തണുപ്പും ചൂടുമൊക്കെയുള്ള രാത്രികളിൽ, തിരിഞ്ഞും മറിഞ്ഞും കിടക്കുമ്പോഴൊക്കെ ഇടത്തും വലത്തും കാൽച്ചുവട്ടിലുമൊക്കെ മക്കളുടെ കയ്യോ കാലോ തടയും. അവർ ഉണരുമെന്നു കരുതുന്നതുകൊണ്ടാകണം ഒരേ കിടപ്പുകിടന്ന് ഉറങ്ങാൻ ശീലിച്ചത്. തൊട്ടടുത്ത് കയറ്റുകട്ടിലിൽ കിടന്ന് ചെറിയ കൂർക്കം വലിച്ചുറങ്ങുന്ന ഭർത്താവ് ചെറിയൊരു ശബ്ദം കേട്ടാൽ ടോർച്ച് തെളിയിക്കും. ഇറയത്ത് തൂക്കിയിരിക്കുന്ന ചിമ്മിനി വിളക്കിന്റെ തിരി നീട്ടും. മുറ്റത്തേക്ക് ഇറങ്ങി പുരയിടമായ പുരയിടമൊക്കെ വെളിച്ചം പായ്ച്ച് കേട്ടത് എലിയോ പൂച്ചയോ ചാടിയ ശബ്ദമാണെന്നു പറയും. അല്ലെങ്കിൽ വരുത്തുപോക്കുണ്ടെന്നു പറയാറുള്ള ഏഴിലം പാലയിൽ രാവിലെ ചുണ്ണാമ്പ് തൊടാമെന്ന് നിശ്ചയിക്കും.

രാത്രിയിൽ വയറോഴിപ്പിള്ളക്ക് മുലകൊടുക്കുമ്പോൾ കോഴി കൂവുന്നതു കേട്ടു. ആ സമയത്ത് ഭർത്താവ് നല്ല ഉറക്കത്തിലായിരുന്നു. കുഞ്ഞിന് പാലുകൊടുത്തുറക്കിയശേഷം മൂത്രപ്പുരയിലേക്കു നടക്കുമ്പോൾ നല്ല തണുപ്പുതോന്നി. കമ്പിളിപ്പുതപ്പെടുത്ത് മക്കളെ ആറുപേരെയും പുതപ്പിച്ചു. ഭർത്താവിന്റെ നെറ്റിയിൽ നല്ല ചൂട്. പനി പടരുന്ന മഴക്കാലമാണ്. തുളസിയിലയും മറയൂർ കരുപ്പെട്ടിയുമിട്ട് ചുക്കുകാപ്പി തിളപ്പിച്ചു വച്ചശേഷമാണ് വീണ്ടും കയറ്റുകട്ടിലിനരികിലേക്ക് ചെന്നത്. നോക്കുമ്പോഴുണ്ട് ദൂരെ ചീപ്പ് തുറന്നു വിട്ടപ്പോഴുള്ള വെള്ളപ്പാച്ചിലിന്റെ ശബ്ദം. ചൂടുപാറുന്ന കാപ്പി കുടിച്ചുകൊണ്ടു നില്ക്കുന്ന ഭർത്താവിനെ നോക്കി കിടക്കുമ്പോൾ നല്ല തണുത്തൊരു കാറ്റുവീശി. മയക്കംവന്നു പുതച്ചു. കണ്ണു തുറക്കുന്നത് ജാനകിയുടെ നിലവിളി കേട്ടാണ്. കല്ലുവെട്ടാം കുഴിക്കരയിലൂടെ പുല്ലറക്കാൻ വെട്ടരിവാളുമായി

പോകുമ്പോഴാണ് ജാനകി ഭയന്നു വിളിച്ചത്. കേട്ടവർ കേട്ടവർ അങ്ങോട്ടോടുന്നതു കണ്ടുകൊണ്ട് സുജാത മുറ്റത്തേക്കിറങ്ങി. പെരുമ്പാമ്പിനെ കണ്ടാലും നീർക്കോലിയെ കണ്ടാലും ജാനകി ഇതുപോലെ കരഞ്ഞലയ്ക്കും. ഒരിക്കൽ അറുത്ത അരംപുല്ല് വല്ലത്തിലേക്കിടുമ്പോഴാണ് ഇടതു കൈയ്ക്കുള്ളിൽ അനക്കം നിലയ്ക്കാത്തൊരു ശംഖുവരയന്റെ അറുത്തുമാറ്റിയ തല കണ്ടത്. അന്നുമുതൽ ജാനകിക്ക് ഇഴജന്തുക്കളെ തീപോലെ പേടിയാണ്.

അടുക്കളയ്ക്കു പിന്നിലെ വാതിൽ തുറന്ന് പാലുപാത്രം അരമതിലിൽ വെച്ചു. അടുപ്പിൽ തീ കൊളുത്തി. കോഴിക്കൂട് തുറന്നു. മാസം തികഞ്ഞു നില്ക്കുന്ന ആടിനെ എരുത്തലിൽ ഒന്നെത്തി നോക്കി. ഇത്രയും കഴിഞ്ഞിട്ടും ഭർത്താവുണരാത്തതിൽ സുജാത അതിശയിച്ചു. ചെറിയ കാലൊച്ച കേട്ടാലുടനെ ഉണർന്ന് ഒച്ചകേട്ടിടത്തേക്ക് വെച്ചടിക്കുന്ന ആൾ അനക്കമറ്റുറങ്ങുന്നത് പനി കടുത്തതുകൊണ്ടാകണം. നനഞ്ഞ കൈ മടിക്കുത്തിൽ തുടച്ചു ഒരിക്കൽക്കൂടി ഭർത്താവിന്റെ നെറ്റിയിൽ കൈ തൊട്ടു. ചൂട് അശേഷമില്ല. തണുപ്പ് പതിവിലേറെ തോന്നുകയും ചെയ്തു. ഉറങ്ങട്ടെ നന്നായുറങ്ങട്ടെ. നന്നായിട്ടൊന്ന് ഉറങ്ങിയുണർന്നാൽ ഏതു പനീം പമ്പ കടക്കും. സുജാത പുറം വാതിലുകൾ ചാരി. അപ്പോഴേക്കും പലവഴികളിലൂടെ പലരും ജാനകിയുടെ ഒച്ചയുയർന്നുകേട്ട ഭാഗത്തേക്ക് ഓടിക്കൊണ്ടിരുന്നു.

വരിക്കപ്ലാവിന്റെ ചുവട്ടിലൂടെ നടന്ന് കൂഴപ്ലാവും ഓമയും പേരയും നില്ക്കുന്ന തുണ്ടിലൂടെ താഴോട്ടിറങ്ങി സുജാതയും നിലവിളി കേട്ട ഭാഗത്തേക്ക് അതിവേഗത്തിൽ നടന്നു. ചേമ്പിന്റെയും ചേനയുടെയും ചീനിയുടെയുമൊക്കെ മൂട് ചികഞ്ഞ് ചിതലിനെയും കുഞ്ഞുപുഴുക്കളെയും പ്രത്യക്ഷമാക്കിക്കൊടുക്കുന്ന തള്ളക്കോഴി. കൈയോങ്ങി അവയെ ഓടിച്ച് സുജാതനേരെ ആളുകളോടിയ കയ്യാലയിലൂടെ പിടിച്ചുകയറി. ദൂരെ കല്ലുവെട്ടാം കുഴിക്കരയിലെ ആൾക്കൂട്ടം. അവിടേക്ക് നടക്കുമ്പോൾ തലമുറിഞ്ഞറ്റ ഒരു പാമ്പിന്റെ മുഖം കാണാനിടവരുത്തരുതേയെന്ന് സുജാത പ്രാർത്ഥിച്ചു. അങ്ങനെ കണ്ടാൽ ജാനകിയെ നാലു ചീത്ത പറയണമെന്നും മനസ്സിലുറച്ചു. ഇന്നിനി പശുവിനെ കറന്നില്ല, ആട് കറക്കാൻ നിന്നുകൊടുത്തില്ല— എന്നൊക്കെ പറഞ്ഞ് ജാനകി പതം പറയാനിടയുണ്ട്. കുട്ടികൾ ചായ കുടിക്കാതെ ഇന്നും, തൈരു കൂട്ടാതെ നാളെയും കഴിയേണ്ടിവരും.

"ഈ ജാനകിയുടെ ഒരു കാര്യം." സുജാത നടക്കുന്നതിനിടെ പിറുപിറുത്തു.

സുജാതയെ കണ്ടപാടേ കൂട്ടംകൂടി നിന്നവരിൽ ചിലർ അടുത്തേക്ക് വേഗം നടന്നുവന്നു. ചിലർ മൂക്കത്ത് വിരൽ വച്ചുനോക്കി. മറ്റുചിലർ സുജാതേ സുജാതേ എന്നു വിളിച്ചുകൊണ്ട് ചുറ്റുവട്ടം കൂടി. എന്താണവർക്കൊക്കെ സംഭവിക്കുന്നതെന്ന് ആശ്ചര്യപ്പെട്ടു നോക്കുമ്പോഴുണ്ട് രാഘവൻ കൊച്ചാട്ടനും വാസു കൊച്ചാട്ടനും തൊട്ടുമുന്നിൽ. അവരുടെ

KPMURALIDHARAN

കണ്ണുകളിൽനിന്ന് കടുപ്പം അത്രയ്ക്കങ്ങോട്ടു വിട്ടുപോയിരുന്നില്ല. രണ്ടുപേരുംകൂടി ഇരുവശത്തുനിന്ന് ഇരു കൈകളിലും പിടിച്ചു. എന്താണ് ഇവിടെ സംഭവിക്കുന്നതെന്നു മനസ്സിലാവാതെ അന്തംവിട്ടു നില്ക്കുമ്പോഴുണ്ട് ആൾക്കൂട്ടത്തിൽനിന്നും തിരുവഞ്ചൻ തലയിൽ കൈ രണ്ടുമെടുത്തുവച്ച് അലമുറയുമായി ഓടിവരുന്നു.

"എന്താ ഉണ്ടായേ?" എന്ന ചോദ്യത്തിന് "എല്ലാം പോയി കുഞ്ഞേ എല്ലാം പോയി" എന്ന മറുപടിയാണുണ്ടായത്.

ജാനകിക്ക് വിഷമേറ്റതാവുമെന്ന് ആദ്യം കരുതി. പുല്ലറുക്കുന്നതിനിടയിൽ പെരുമ്പാമ്പിന്റെ മേൽ ചവിട്ടിനിന്ന് ആഞ്ഞിലക്കായ് പറിച്ചതും, അണലിയുടെ തല അരിവാൾ പിടികൊണ്ട് അമർത്തിയരച്ചുമുറിച്ചതുമൊക്കെ വീരസ്യംപോലെ പറയാറുമുണ്ട് ജാനകി. അതിനിടയിൽ ചെറിയ ചില കൊത്തുകളും കിട്ടിയിട്ടുണ്ട്. അങ്ങനെ എന്തെങ്കിലും ജാനകിക്ക് അത്യാഹിതം സംഭവിച്ചിട്ടുണ്ടാകുമോ എന്നു സംശയിച്ചു നില്ക്കെയാണു തിരുവഞ്ചന്റെ നെഞ്ചത്തടിച്ചുള്ള കരച്ചിൽ വീണ്ടും ഉയർന്നുകേട്ടത്.

ആഞ്ഞിലിക്കൊമ്പിൽ ഓണവള്ളി കൊണ്ടുള്ള ഊഞ്ഞാലിൽ ആ കൊമ്പത്തും ഈ കൊമ്പത്തും തൊട്ടുകൊണ്ട് ആടിനില്ക്കുന്ന ഭർത്താവിനെ ഒന്നേ നോക്കാനായുള്ളു. രണ്ടാമതൊന്ന് നോക്കുംമുമ്പ് കണ്ണിൽ ഇരുട്ടുകയറി. തലചുറ്റി നിലത്തേക്കു വീണു. മുഞ്ഞിയ്ക്കു വെള്ളം തളിച്ചിട്ടും അയല്ക്കാർ കുലുക്കിവിളിച്ചിട്ടുമൊന്നും സുജാത കണ്ണുതുറന്നില്ല. ഓർമ്മ മാഞ്ഞുമാഞ്ഞകലുന്നതുപോലെ സുജാതയ്ക്ക് തോന്നി.

"എന്താണുണ്ടായത്?" ഭർത്താവ് സുജാതയുടെ കൈവിരലുകളിൽ അമർത്തിപ്പിടിച്ചു. ഒന്നും പറയാതെ ജയദേവന്റെ കൃഷ്ണമണിയിൽ തെളിയുന്ന സ്വന്തം പ്രതിബിംബം നോക്കി സുജാത കിടന്നു.

ചോദിച്ചതിനൊന്നും മറുപടി പറയാതിരുന്ന ഭാര്യയെ ജയദേവൻ ശ്രദ്ധിച്ചു. ഡോക്ടർ വരുന്നതുനോക്കി പുറത്തേക്കിറങ്ങി. കൃത്യസമയത്തു തന്നെ ഡോക്ടർ ഇടനാഴിയിലൂടെ നടന്നുവരുന്നതു കണ്ട് ജയദേവൻ മുന്നോട്ടു നടന്നു. സുഹൃത്തായ ഡോക്ടർ വൈകിട്ട് ക്ലബിൽ കാണാമെന്നു പറഞ്ഞതല്ലാതെ പരിശോധനാഫലങ്ങൾ നോക്കിയ ശേഷം ഒന്നും വ്യക്തമാക്കിയില്ല.

ഐസ്ക്യൂബ് വിസ്കിയിൽ വീണ് തിളങ്ങി. ചുറ്റും പലതരം വർത്തമാനങ്ങൾക്കും ഗന്ധങ്ങൾക്കും രുചിക്കുമിടയിൽ ഡോ. സതീഷ് ജയദേവന്റെ കണ്ണുകളിലേക്കു നോക്കിയിരുന്നു. ഇടയ്ക്ക് എരിയൻ മുളകുകളിലൊന്നെടുത്ത് കടിച്ചുപൊട്ടിച്ചു.

"എന്താണ് സതീഷ്?" നാവ് എരിയുമ്പോഴാണ് ചില നാഡികളും ഞരമ്പുകളും ശരീരത്തിൽ ഉണർന്നുവരികയെന്ന് ഒരിക്കൽ ഡോ. സതീഷ് ഫലിതം പറഞ്ഞത് ജയദേവൻ ഓർത്തു. ഓർമ്മകൾ കടന്നുവന്ന് സമയം അപഹരിക്കാൻ അനുവദിക്കാതെ ജയദേവൻ എതിരെ

എരിയുന്ന സതീഷിന്റെ കണ്ണുകളിലേക്കു നോക്കി.

“അതെ ജയദേവൻ, അനർത്ഥങ്ങളുടെ ഇടനാഴിയിലൂടെയാണ് നാം ഓരോരുത്തരും; എന്നുവച്ചാൽ ഞാനും താനുമൊക്കെ കടന്നുപോകുന്നത്. ഒരുപക്ഷേ, വരുംതലമുറയിൽ ആരെങ്കിലുമൊരാൾ കാണാൻ സാദ്ധ്യതയുള്ള കാഴ്ചകളുടെ ചില മിന്നായങ്ങൾ ഇപ്പോഴേ നമ്മൾ കണ്ടെന്നിരിക്കും. അല്ലെങ്കിൽ കഴിഞ്ഞ തലമുറയിൽ ആരെങ്കിലും കണ്ട കാഴ്ചകൾ!”

എന്താണ് ഡോ. സതീഷ് പറയുന്നതെന്ന് ജയദേവന് മനസ്സിലായില്ല. അതേക്കുറിച്ച് അടക്കിപ്പിടിച്ച ശബ്ദത്തിൽ ചോദിച്ചപ്പോൾ സതീഷ് സലാഡ് വെള്ളരിക്കയ്ക്ക് മുകളിൽ തണുത്തു വിറച്ചിരുന്ന മറ്റൊരു പച്ചമുളകെടുത്ത് കടിച്ചു.

രണ്ടോ മൂന്നോ പെഗ്ഗ് കഴിച്ചിട്ടുണ്ടാവണം. ഡോ. സതീഷ് യാതൊന്നും പറയാതെ ക്ലബിന്റെ അരണ്ടവെളിച്ചത്തിലൂടെ നടക്കുന്നതു കണ്ടപ്പോൾ ജയദേവന് ഒപ്പം നടക്കാനോ തന്റെ സംശയങ്ങൾക്ക് ഉത്തരം പറയാതെ കാറിൽ കയറാൻ അനുവദിക്കില്ലെന്ന് പറയാനോ തോന്നിയില്ല.

സലാഡ് പാത്രത്തിൽ ബാക്കിയായ പച്ചമുളകുകളുടെ ഓരോ കഷ്ണവുമെടുത്ത് കടിച്ചിറക്കിക്കൊണ്ട് ജയദേവൻ രാത്രി നഗരത്തിലൂടെ നടന്നു. വഴിയോരത്ത് വില്ക്കാൻ വച്ചിരിക്കുന്ന പച്ചമുളകിൽ ഒരു പങ്ക് വാങ്ങി ബാഗിലിട്ടു.

ജയദേവൻ കടൽപാലത്തിനുമപ്പുറത്തുള്ള തുരുത്തിലേക്ക് നടന്നു. അവിടെ കത്തിനില്ക്കുന്ന വെളിച്ചത്തിന്റെ തുണ്ട്. അവിടെ സുജാത സ്വപ്നത്തിൽ കണ്ട പരുന്ത് താഴ്ന്നു പറക്കുന്നത് ജയദേവൻ കണ്ടു.

കുളമ്പൊച്ച

ഒറ്റയ്ക്കൊരാൾ ഇരുട്ടു കുഴഞ്ഞ പാതയിലൂടെ ഇടംവലം നോക്കാതെ നടന്നു. എതിരെ വന്നവരോ, മറികടന്നു പോകുന്നവരോ അയാളെയോ അയാൾ അവരെയോ ശ്രദ്ധിച്ചില്ല.

പെട്ടെന്ന് സൈറൺ മുഴങ്ങി. കടന്നുവന്ന ആംബുലൻസിന്റെ പാഞ്ഞുവന്ന വെളിച്ചം കണ്ടപ്പോൾ ഭയപ്പാടോടെ അയാൾ വഴിയുടെ ഓരം ചേർന്നു നിന്നു. മതിലകത്തുനിന്നും പുറത്തേക്കു വളർന്നിറങ്ങിയ പലതരം ചെടിച്ചില്ലകളിൽ പലതരം പുഷ്പങ്ങൾ. അവയിൽ ഒന്നിറുത്തെടുത്ത് അയാൾ മതിലിനകത്തേക്കുതന്നെ വലിച്ചെറിഞ്ഞു. ഒപ്പം അയാൾ ആരെയെന്നില്ലാതെ രണ്ടുമൂന്നു തെറിയും വിളിച്ചു.

ഒരു കട്ടുറുമ്പ് ഉടുപ്പിന്റെ കോളറിൽനിന്നും താഴേക്ക് ഇഴഞ്ഞ് കൈമടക്കിലേക്ക് കയറുന്നതൊന്നും അയാൾ ശ്രദ്ധിച്ചതുതന്നെയില്ല. ഇത്രയും ക്ഷമകെട്ട അവസ്ഥയിൽ നടന്നുകൊണ്ടിരുന്ന അയാൾ ഉറുമ്പിഴച്ചിൽ മനസ്സിലാക്കിയിരുന്നെങ്കിൽ യാതൊരു ദാക്ഷിണ്യവും കാട്ടുമായിരുന്നില്ലെന്നുറപ്പ്. കൈകൊണ്ടു തന്നെ ഞെരിച്ചമർത്തിയോ, നിലത്തിട്ട് ചവിട്ടിയരച്ചോ ഉറുമ്പിന്റെ കഥ കഴിക്കാൻ ഒട്ടും മടികാണിക്കുമായിരുന്നില്ല. പല ഉറുമ്പുകളുടെയും ജീവിതകഥ മനസ്സിലുള്ളതുകൊണ്ട് അയാളുടെ കൈമടക്കിലിരുന്ന ഉറുമ്പ് ഇഴയാതെ ഒതുങ്ങിക്കൂടിയിരുന്നു. തക്കനേരത്ത് ഏതെങ്കിലുമൊരു ഇലയിലേക്കോ, ചില്ലയിലേക്കോ ചാടി രക്ഷപ്പെടണമെന്നൊക്കെ ആലോചിച്ച് കട്ടുറുമ്പ് അയാൾക്കൊപ്പം സഞ്ചരിച്ചു.

ഇടയ്ക്ക് അയാൾ ഒരു ബാറിൽ കയറി. രണ്ടു തവണയായി വാങ്ങിയ മദ്യം അയാൾ അകത്താക്കി. വിളമ്പുകാരൻ മദ്യത്തോടൊപ്പം കൊണ്ടുവച്ച അച്ചാറോ കടലയോ അയാൾ തൊട്ടുനോക്കിയതു

പോലുമില്ല. എന്തുകൊണ്ടാണ് ഈ മനുഷ്യൻ ഇത്രമാത്രം അക്ഷമനും പ്രതീക്ഷാരഹിതനുമായിരുന്നതെന്ന് കട്ടുറുമ്പ് അത്ഭുതപ്പെട്ടു.

വെളിച്ചമുള്ള വഴികൾ വിട്ട് ഇരുണ്ട പാതയിലൂടെ അയാൾ യാത്ര തുടർന്നു. ഒടുവിൽ ഒട്ടുംപ്രതീക്ഷിക്കാത്തതും ചതുപ്പുനിറഞ്ഞതുമായ വരമ്പിലൂടെ നടന്ന് വനനിബിഡമായ പ്രദേശത്തേക്കു കയറിയ അയാൾ പെട്ടെന്ന് പൊട്ടിച്ചിരിക്കാൻ തുടങ്ങി. തൊട്ടടുത്തൊന്നും ആരുമില്ലെന്ന് അയാൾക്കുറപ്പുണ്ടായിരുന്നു. ഏറെനേരം തുടർന്ന ആ ചിരി അവസാനിച്ചപ്പോൾ ഒട്ടുംതന്നെ പ്രതീക്ഷിക്കാത്ത മറ്റൊന്നുകൂടി സംഭവിച്ചു.

അയാൾ ഒരു മരത്തിലേക്ക് വലിഞ്ഞു കയറി.

എന്തൊക്കെയാണ് ഈ മനുഷ്യൻ കാട്ടിക്കൂട്ടുന്നത്? വന്ന വഴിയിലൂടെ സമനില സൂക്ഷിച്ച് നടന്നിരുന്നെങ്കിൽ തീർച്ചയായും ഇതിനോടകം ഈ മനുഷ്യൻ നാട്ടിൻപുറത്തോ നഗരത്തിന്റെ ഏതെങ്കിലും കോണിലോ എത്തിച്ചേരുമായിരുന്നു.

ഇനി എന്തൊക്കെ പുകിലാണ് ഇയ്യാൾ ഉണ്ടാക്കാൻ പോകുന്നതെന്നു കാണാൻ കൗതുകം തോന്നി. മഴയും കൊള്ളിയാനും തുടങ്ങിയിട്ട് നേരമേറെയായി. പെരുമഴ പെയ്യാനുള്ള സാദ്ധ്യതയും നിലനില്ക്കുന്നു. അതിനുമുമ്പേ സുരക്ഷിതമായ ഒരിടം തേടിപ്പിടിക്കുന്നതിനായി കട്ടുറുമ്പ് പതുക്കെ അയാളുടെ ശരീരത്തിൽനിന്നും ഇഴഞ്ഞ് ഒരു ഇലയിലേക്കു കയറി.

പിന്നെ കണ്ട കാഴ്ച അവിശ്വസനീയമായിരുന്നു. ആ മനുഷ്യൻ അരയിൽനിന്നും അഴിച്ചെടുത്ത കരിപ്പൊട്ടിപ്പൊച്ചത്തിൽ സ്വന്തം കഴുത്തു ബന്ധിച്ച ശേഷം മരക്കൊമ്പിൽനിന്ന് താഴേക്കു ചാടി. ഒരു തവണ പോലും കയറിന്റെ അറ്റത്തു കിടന്ന് അയാൾ പെടവെട്ടം തല്ലിയില്ല.

കട്ടുറുമ്പ് ഇലച്ചുവട്ടിൽ മഴ മാറാൻ കാത്തിരുന്നു.

ഉരഗസംഹിത

വരമ്പിൽ വന്നു മുട്ടിമുട്ടി തുടിച്ച വെളിച്ചിയെയോ കരട്ടിയെയോ പുളവൻ ഒന്നു നോക്കിയതുപോലുമില്ല. ഒറ്റപ്ലാവിൽതോടു മുതൽ ഒരു വൃദ്ധൻ പിന്തുടരുന്നുണ്ട്. അയാൾ നെല്ലോലകൾക്കിടയിൽ ഒളിച്ചിരിക്കുന്നുണ്ടാകും. കണ്ണിൽപെട്ടാൽ ചേറെന്നോ വഴുക്കലെന്നോ വകവയ്ക്കാതെ ആ അയാൾ ആയാസപ്പെട്ടാണെങ്കിലും കുതിച്ചുവരും. ഭയം ലവലേശമില്ലാതെ വാലിൻതുമ്പിൽ കടന്നുപിടിക്കും. ഒറ്റയെറ്റിന് എല്ലിൻകൂടു നിവർത്തും. പിന്നെ അരക്കഴഞ്ചുപോലും നീന്താനോ ഊളിയിട്ടു രക്ഷപ്പെടാനോ കഴിയില്ല.

രാത്രി വൃദ്ധന്റെ പുരയിൽ അത്താഴത്തിന്റെ വിശിഷ്ടവിഭവമായി മാറുന്ന നിമിഷത്തെക്കുറിച്ച് പുളവൻ ഓർത്തു. മറ്റെന്തൊക്കെ വിഭവങ്ങളുണ്ടെങ്കിലും മൂങ്ങയുടെ മുഖമുള്ള അയാൾക്ക് പുളവന്റെ ഇറച്ചികൂടാതെ അത്താഴമിറങ്ങില്ല.

നൂറിലേറെ തവണ ആ മനുഷ്യന്റെ ആയലുകളിൽ നിന്ന് അത്ഭുതകരമായി രക്ഷപ്പെട്ടിട്ടുള്ളതാണ്. ആദ്യം ഒരു സൂര്യാസ്തമന നേരത്തായിരുന്നു ആഞ്ഞുപിടിക്കാനുള്ള ശ്രമം നടന്നത്. അന്ന് കാൽവഴുതി വൃദ്ധൻ ചെളിയിൽ വീണുപോയതുകൊണ്ട് രക്ഷപ്പെട്ടു. എന്തുതന്നെയായാലും ആ കിടപ്പിൽ കിടന്ന് രാത്രി പുലരുംവരെ അയാൾ ഉണർന്നെണീക്കില്ല എന്നു കരുതിയത് തെറ്റി. അധികം വൈകാതെ നല്ല വെളവുള്ള ഒരു പുളവനുമായി നടന്നുപോകുന്ന വൃദ്ധനെ കാണാനായി.

ഒടുവിൽ അയാളുടെ കൈയിൽ അകപ്പെടുകതന്നെ ചെയ്തു. അന്ന് പുളവനെയുംകൊണ്ട് കുടിലിലെത്തി പാചകമുറിയുടെ പരമ്പുവാതിൽ തുറന്ന് വൃദ്ധൻ തന്റെ ഇഷ്ടഭോജ്യം ഒരു മൺകലത്തിൽ നിക്ഷേപിച്ചു. പിന്നെ ഭാരമുള്ളൊരു മൂടികൊണ്ട് കലമടച്ചു.

രക്ഷപ്പെടാനുള്ള ചെറിയൊരു പഴുതുപോലുമില്ല!

പെട്ടെന്നാണ് മ്യാവൂ... മ്യാവൂ... വന്ന് മൂടിമുട്ടി താഴെയിട്ടത്. ഒറ്റ നിമിഷം നഷ്ടപ്പെടുത്തിയാൽ രക്ഷയില്ലെന്നുറപ്പിച്ചു. മറ്റൊന്നും ചിന്തിക്കാതെ ഒരൊറ്റക്കുതിപ്പ്. പൂച്ച അപ്രതീക്ഷിതമായ ആ പിടഞ്ഞുയരലിൽ പേടിച്ചുപിൻവാങ്ങി ഇരുട്ടിൽ മറഞ്ഞു. ചാണകമെഴുക്കുള്ള തറയിലൂടെ ഇഴഞ്ഞ് മുളന്തണ്ടിന്റെ ഹൃദയത്തിലേക്ക് പുളവൻ ഊർന്നുകയറി. രാത്രിയിൽ വൃദ്ധൻ എങ്ങനെയൊക്കെയാവും നഷ്ടപ്പെട്ട ഇറച്ചിയെയോർത്ത് വിലപിക്കുന്നതെന്നും ഉറങ്ങുന്നതെന്നും കാണണമെന്നു തോന്നി. ഏതെങ്കിലുമൊരു നിമിഷം മുളയ്ക്കുള്ളിലേക്ക് അയാളുടെ കാഴ്ച കടന്നു വരാനില്ലെന്നു തീർച്ചപ്പെടുത്തിയശേഷം അനക്കമില്ലാതെ നീണ്ടു നിവർന്നു കിടന്നു.

കുളി കഴിഞ്ഞയുടനെ വൃദ്ധൻ വിളക്കുകൊളുത്തി. ചിരട്ടയും തൊണ്ടും വെച്ച് തീപൂട്ടി. ചീനച്ചട്ടി അടുപ്പിലേക്ക് എടുത്തുവച്ചു. വെളിച്ചെണ്ണ ചാറിയൊഴിച്ചു. വീടുവിട്ടിറങ്ങുംമുമ്പ് ഒരുക്കിവച്ച അരപ്പ് വഴറ്റി. കത്തിയുടെ മൂർച്ചകൂട്ടി, ചിമ്മിനിവിളക്കിന്റെ തിരിനീട്ടി മുന്നോട്ടുവച്ചു. അപ്പോഴാണ് ഇരയെ ഇട്ടുമൂടിയ മൂടി താഴെ കിടക്കുന്നത് വൃദ്ധൻ കണ്ടത്. കലിയടക്കാനാവാതെ അടുപ്പിൽനിന്ന് ഓലക്കാൽ കത്തിച്ച് കലത്തിനകം പരിശോധിച്ചു. ചില തെറികൾ അമർത്തിപ്പറഞ്ഞശേഷം വിളക്കുമായി ഇരുട്ടിലേക്ക് നടന്നു.

നേരം പരപരാ വെളുക്കുംവരെ വൃദ്ധൻ തിരിച്ചുവന്നില്ല. മുഷിഞ്ഞു മടുത്തപ്പോൾ അരണ്ടവെട്ടത്തിലൂടെ ഇഴഞ്ഞ് പാറമടകടന്ന് തോട്ടുകരയിലേക്ക് ഇഴഞ്ഞു. അവിടെയെത്തിയാൽ പിന്നെ പേടിക്കേണ്ടതില്ല. അപായം വന്നാൽ നീന്തി മറുകരയെത്താം.

വരമ്പിലൂടെ തോട്ടുപച്ചയിലേക്ക് ഇറങ്ങുമ്പോൾ എതിരെയുള്ള വരമ്പിൽ നീലനിറം പുതച്ച വൃദ്ധൻ. ശരീരമാകെ ഉറുമ്പും ഈച്ചയും. അകലേക്ക് ഇഴഞ്ഞുപോകുന്ന ശംഖുവരയൻ.

അലുവ മുറിയ്ക്കുന്ന കത്തി

പാതിരാ കുർബ്ബാന കഴിഞ്ഞു പുറത്തേക്ക് ഇറങ്ങുമ്പോൾ മേരി സാരിത്തലപ്പെടുത്ത് പുതച്ചു. മഫ്ളറിനുള്ളിലേക്ക് അരിച്ചു കയറുന്ന അരമൂർച്ചയുള്ള തണുപ്പ്. ഒപ്പമുണ്ടായിരുന്നവരൊക്കെ തൊട്ടുമുമ്പേയുള്ള രണ്ടുമൂന്ന് തിരിവുകളിൽ വെച്ച് യാത്രപറഞ്ഞ് പിരിഞ്ഞു. ഇനി അര മണിക്കൂർ നടന്നെങ്കിലേ വീടെത്തു. അത്രനേരവും ഈ കിടു കിടുപ്പ് സഹിക്കാതെ വയ്യ. ഓട് പാകിയ വീടിന്റെ മേല്ക്കൂരയിൽ ഇപ്പോൾ മഞ്ഞുകണികകൾ അണിചേർന്നുറഞ്ഞിറങ്ങിയിട്ടുണ്ടാകും. തീകായാതെ, കടുപ്പത്തിലൊരു കാപ്പി കുടിക്കാതെ കമ്പിളിപ്പുതപ്പിനുള്ളിൽ കയറാനാവുമെന്നും തോന്നുന്നില്ല. മേരി വേദപുസ്തകം നെഞ്ചോടടക്കിപ്പിടിച്ചു. സദൃശ്യമായ വാക്കുകൾ ഉള്ളിൽക്കിടന്ന് നക്ഷത്രങ്ങളെപ്പോലെ ചിറകിട്ടടിച്ചു തുടങ്ങി.

നിശ്ശബ്ദത ചില നേരങ്ങളിൽ വാളോങ്ങി നില്ക്കുന്ന ശത്രുവിന്റെ കണ്ണുകൾ പോലെയാകും. ഇമവെട്ടാൻ പോലുമാകാതെ ഭയന്നുപോകും. അത്രനാളും നടന്ന വഴിയിൽ; ചിര പരിചിതമായ ഏറ്റിറക്കങ്ങളിൽ കേൾക്കാത്ത പക്ഷിക്കുഞ്ഞുങ്ങളുടെ വിചിത്രമായ കരച്ചിൽ മേരി കേട്ടു. പ്രകൃതിയിൽനിന്നും അപ്രത്യക്ഷമാകുന്ന പലതരം ശബ്ദങ്ങൾ. പിറവിയെടുക്കുന്ന മറു ശബ്ദങ്ങൾ. കളകൂജനങ്ങൾ.

ഇടതുവശത്തുള്ള കല്പടവിൽ ഒറ്റയ്ക്ക് നില്ക്കുന്ന പതിവില്ല. ജലോപരിയിൽ വന്നു നൊടിക്കുന്ന മീനുകൾ. മുങ്ങാംകുഴിയിടുന്ന നീർക്കാക്കകൾ, ഈ കാഴ്ചകളൊക്കെ അവിടെ കാണാനാകും. നോക്കിനിന്നാൽ കണ്ട പല കാഴ്ചകളും മനസ്സിന്റെ സ്ഫടിക ത്തിളക്കത്തിൽ വീണ്ടും കാണുന്നതുപോലെ തോന്നും. അങ്ങനെയുള്ള ചില കാഴ്ചകളിൽ വീണു നില്ക്കുമ്പോളാണ് ഒരിക്കൽ അയൽ

ഗ്രാമത്തിൽ തൂങ്ങിമരിച്ച കമിതാക്കൾ പടവുകൾ കയറിവരുന്നത് കണ്ടത്.

ഇരുട്ട് വീണു കഴിഞ്ഞ് ഇതുവഴി വരുന്ന പതിവില്ല. ആദ്യ തിരിവിൽ നിന്ന് താഴ്‌വരയിറങ്ങി വീടെത്താൻ ഈ വഴിയുടെ ഇരട്ടിദൂരം നടക്കണം. വഴിയിൽ ആത്മാക്കളുടെ സംഭാഷണം കേൾക്കാനായെന്നിരിക്കും. കലുങ്കിലും കയ്യാലയിലും കുമ്പിട്ടിരിക്കുന്നവരുണ്ടാകും. അവരിൽ ചിലർ ആരെയൊക്കെയോ വെല്ലുവിളിക്കുന്നവരാണ്. മറ്റു ചിലർ തെറിവാക്കുകൾകൊണ്ട് സ്നാനപ്പെടുന്നുണ്ടാകും. അത് കാണാതെയും കേൾക്കാതെയും വീടെത്താനാണ് വഴിമാറി തെരഞ്ഞെടുത്തത്.

ഈ വഴി പോകുന്നവരിൽ അധികംപേരും കുളക്കടവിലെയും പരിസരത്തെയും സംഭാഷണം കേട്ടും കാഴ്ചകൾ കണ്ടും ഒരിക്കലെങ്കിലും മൂർച്ഛിച്ചു വീണിട്ടുള്ളവരാണ്. ഏത് വിസ്മയച്ചൊരുക്കിനിടയിലും ഒരിക്കൽ ആ അനുഭവത്തിലൂടെ കടന്നുപോയിട്ടുള്ളവർ കുളക്കടവുവഴി രാത്രികാലങ്ങളിൽ നടക്കാൻ പുറപ്പെടുമായിരുന്നില്ല. വിശേഷിച്ച് അർദ്ധരാത്രികളിൽ. കുറ്റാക്കൂറ്റിരുട്ടിൽ. ഭയത്തിന്റെ തൂവൽ കൊഴിഞ്ഞുപോയ ഒരു ദിവസം മേരിക്ക് നല്ല ഓർമ്മയുണ്ട്.

തിരികെ നടക്കുമ്പോൾ കൊടുംശൈത്യം വഴിയിൽ കട്ടപിടിച്ചു കിടക്കുമെന്ന് ഓർത്തതാണ്. വീട് വിട്ടിറങ്ങി അധികനേരം എത്തുംമുമ്പ് തിരികെ നടന്ന് പുതുതായി വാങ്ങിയ ചെരിപ്പിട്ട് പോരാമെന്ന് തോന്നി. ചില നേരങ്ങളിൽ സ്വയമറിയാതെ ഉള്ളിലിരുന്ന് മറ്റൊരാൾ സ്വന്തം തീരുമാനങ്ങളെ നിയന്ത്രിക്കുന്നതായും ദിശ മാറ്റുന്നതായും തോന്നിയിട്ടുണ്ട്. അജ്ഞാതമായ ചില നിഴലുകൾ ഇടപെടുന്നതായും

പള്ളിയിലെത്തിയതും പ്രാർത്ഥന തുടങ്ങിയതും കുന്തിരിക്കം മണത്തതുമൊക്കെ നല്ല ഓർമ്മയുണ്ട്. അതിനുശേഷം ചെറിയൊരു ഇടവേളയിൽ കേട്ടതോ കണ്ടതോ ഓർത്തെടുക്കാൻ ശ്രമിച്ചു. നടന്നില്ല. ആകാശത്തുനിന്നും ഒരു വെളിച്ചം നൂലേണിയിലൂടെ ഭൂമിയിലേക്ക് ഇറങ്ങിവരുന്നതു പോലെ! അടർന്നുവീണ ഒരു തുണ്ട് വെട്ടം മേഘക്കീറിൽ പറന്നു വന്നിരുന്നു. മെഴുകുതിരി കൊളുത്തിയത് ഒന്നിലെറെ കുഞ്ഞുകൈകൾ. രണ്ട് നക്ഷത്രവിളക്കുകൾ ഒരു പെരുവിരലിൽ ഊർന്നു കിടന്നു.

മേരിക്ക് തണുപ്പ് സഹിക്കാനായില്ല. നാലുപുറത്തു നിന്നും സൂചിക്കുത്തു പോലെ തണുപ്പ്. വീട്ടിലേക്കുള്ള ദൂരമത്രയും നടന്നുതീർക്കാനായാൽ കനൽകൂട്ടി ആദ്യം കാൽവെള്ള ചൂടാക്കണം. കൈവെള്ളയിൽ ചൂട് പകർന്ന് മുഖത്ത് തൊടണം. ഭരണേൽ തുഞ്ചാണി കരുതിയിരിക്കുന്നത് കൈയെത്തും പൊക്കത്തിലാണെന്ന് ഓർത്തതോടെ കുളിരൊട്ട് അയയാൻ തുടങ്ങി.

കാറ്റ് ആ നേരത്ത് ഒട്ടും പ്രതീക്ഷിച്ചതല്ല. അതിന്റെ സൂചനകളൊന്നും നേരത്തെ തോന്നിയതുമില്ല. ഇതുവഴി നടന്നുപോയപ്പോൾ ഒരു കരിയില പോലും അനങ്ങുന്നതായി കാണാനുമായില്ല. ഒരു ചില്ല പോലും

KP MURALIDHARAN

ഒടിഞ്ഞമർന്ന് കൺവെട്ടത്ത് വീണതുമില്ല. ഏതു നേരത്തും എന്തും സംഭവിക്കാമെന്നും പ്രകൃതിയുടെ ഉള്ളുര നാം മനുഷ്യർക്ക് പ്രവചിക്കാനാവുന്നതിനും അപ്പുറമാണെന്നും അകത്തിരുന്ന് ഒരാൾ പറയുന്നത് പോലെ...

കോട്ടയെ അനുസ്മരിപ്പിക്കുന്നൊരു മതിൽക്കെട്ടിന് അരികെ കൂടി വേണം വീട്ടിലേക്കുള്ള വീതി കുറഞ്ഞ വഴിയിൽ എത്താൻ. അവിടം മുതൽ പിന്നെ വെളിച്ചം കുറവാണ്. ചെറിയ ടോർച്ച് ഒന്നു രണ്ടാവൃത്തി കത്തിച്ചുനോക്കി. മിന്നാമിനുങ്ങിന്റെ വെട്ടം ഇതിനേക്കാൾ കൂടുതലാണ്.

നടപ്പ് പ്രിയപ്പെട്ട കൂട്ടുകാരനെ എന്നപോലെ ഓർമ്മകളെ തിരികെ വിളിക്കും. മറ്റു ചിലപ്പോൾ ഹതാശമായ ചില വേവലാതികൾ ഉള്ളിലേക്ക് പെറുക്കി നിരത്തും. എത്രയെത്ര കുടഞ്ഞെറിഞ്ഞാലും ചില ഓർമ്മകൾ ഇടക്കാറ്റിൽ ഞെട്ടു മുറിഞ്ഞു വീഴുന്ന ഇലകളെപ്പോലെ ഉള്ളിലേക്ക് വന്നുവീഴും. പിന്നത് ഭൂമി തൊട്ട് പറക്കുന്ന കുരുക്കൻ കാറ്റിൽ ചിറകടിക്കും.

അമ്മച്ചിയുടെ നേർച്ചയെക്കുറിച്ചും അപ്പച്ചന്റെ ഇറങ്ങിപ്പോക്കിനെക്കുറിച്ചും മേരിയുടെ ഉള്ള് നുരച്ചു. തൊട്ടുപിന്നാലെ ഇലക്കൂട് പൊട്ടിയ ഉറുമ്പുകൾ എന്നപോലെ അവ തലങ്ങും വിലങ്ങും ഓടാൻ തുടങ്ങി. ചിലപ്പോൾ ചില ഓർമ്മകൾ കലിപിടിച്ച് കടിച്ചു വലിച്ചു. ഇടയ്ക്കിടെ അകവിതാനങ്ങളിൽ അമർന്നു ഞെരുങ്ങി.

എന്തൊക്കെ കിരുകിരുപ്പുകളാണ് ജീവിതത്തിന്റെ അരികിലും മൂലയിലും വന്നുമുളച്ചത് . അവയൊക്കെ ആഴത്തിൽ ഏല്പിച്ച മുറിവുകൾക്കു മുകളിലൂടെ നടന്നപ്പോഴൊന്നും ആരെയും ശകാരിക്കുകയോ ശപിക്കുകയോ ചെയ്യാൻ തോന്നിയില്ല. വന്നതിനെയൊക്കെ ഇരു കൈയും നീട്ടി സ്വീകരിക്കാനാണ് തണുപ്പിലും ഉഷ്ണപ്പുകച്ചിലിലും അകത്തിരുന്ന ആൾ മന്ത്രിച്ചത്.

മഠത്തിൽ ഇളയ മകൾ മേരിയെ അയക്കാമെന്ന് അമ്മച്ചി നേരുമെന്ന് അപ്പച്ചൻ സ്വപ്നത്തിൽ പോലും കരുതിയതല്ല. മൂത്തവൾ റാഹേൽ പതിനെട്ട് വയസ്സ് പൂർത്തിയായതിന്റെ ഏഴാംപക്കം സണ്ണിച്ചനോപ്പം പുറപ്പെട്ട് പോയതാണ്. അന്ന് മേരിക്ക് പതിനൊന്ന് വയസ്സ്. റാഹേലിനോടുള്ള പക തീർക്കാൻ അമ്മച്ചി കണ്ടെത്തിയ ഉപായമായിരുന്നു അത്. ഇളയവളെ മഠത്തിലേക്ക് അയക്കുമെന്നും ദൈവശുശ്രൂഷയ്ക്കായി പാകപ്പെടുത്തുമെന്നുമുള്ള നിശ്ചയം.

അപ്പച്ചൻ അതറിഞ്ഞപ്പോൾ നിന്നു വിറച്ചു. അമ്മച്ചിക്കിട്ട് അന്ന് രണ്ടെണ്ണം പെടയ്ക്കുമെന്ന് കരുതി. ഭാഗ്യം; അതുണ്ടായില്ല. പക്ഷേ, ആ ദിവസം മുഴുവൻ അപ്പച്ചൻ ഒരക്ഷരം ഉരിയാടിയില്ല. പതിവുപോലെ വെയിൽചാഞ്ഞ നേരത്ത് അപ്പൻ ചൂണ്ടക്കോലുമായി തോട്ടിൻ കരയിലേക്ക് പോയതുമില്ല. ഓർമ്മ ഉറച്ചതിനുശേഷം ആദ്യമായി അപ്പൻ മുറ്റത്ത് തലങ്ങും വിലങ്ങും രാത്രിയേറും വരെ നടക്കുന്നതു കണ്ടു.

തൊട്ടടുത്ത ദിവസം രാവിലെ പറമ്പിലെ കൊന്നത്തെങ്ങിന്റെ

ചുവട്ടില് ചവിട്ടി ഒടിച്ച് ചൂണ്ട കാണാനായി. ചൂണ്ടക്കോൽ എന്തിനാണ് ഒടിച്ചുകളഞ്ഞതെന്തിനെന്ന് ചോദിക്കാൻ അപ്പന്റെ മുറിയിലേക്ക് ചെന്നു. അവിടെ വടിവുള്ള അക്ഷരത്തിൽ എഴുതിവെച്ചിരുന്ന എഴുത്ത്. പഴയ ലിപിയിൽ മേരിയെ അഭിസംബോധന ചെയ്തുകൊണ്ടുള്ളതായിരുന്നു. ആ കുനുകുനെയുള്ള വാക്കുകൾ. എന്റെ മേരീ എന്നായിരുന്നു എഴുത്തിന്റെ തുടക്കം. മേരി അപ്പന്റെ വെടിപ്പാർന്ന കൈപ്പട വീണ്ടും കണ്ടു.

മേരി അപ്പന്റെ വിയർപ്പിന്റെ മണം ശ്വസിച്ചു. പല്ല് ഞറമ്മി മുറ്റത്തു കൂടി തെക്കു വടക്കും കിഴക്കു പടിഞ്ഞാറും അപ്പൻ നടക്കുന്നതു പോലെ... അപ്പൻ സ്വയം കൊത്തിയുണ്ടാക്കിയ കുരിശ് മറ്റാരും കാണാതെ ചുമന്ന് ഇരുട്ടിലൂടെ നടന്ന് കുന്ന് കയറി. താഴ്വര ഇറങ്ങി ഏതോ പൊട്ടകിണറ്റിൽ അത് നിക്ഷേപിച്ചു പൊട്ടിച്ചിരിച്ചു. മെഴുകുതിരി കത്തിച്ച് സ്വന്തം കൈവെള്ളയിലേക്ക് ഉരുക്കിയൊഴിച്ച് ഉറപ്പിച്ചു നിർത്തിയപ്പോൾ അപ്പന്റെ കണ്ണുകൾ ചുവന്നു നിറഞ്ഞു.

ഓരോ ഓർമ്മയും മേരിയുടെ ഉള്ളറയിലെ ചെറുകള്ളികളിൽ കനൽ പാകിക്കൊണ്ടിരുന്നു. ഉടുവസ്ത്രത്തിന്റെ കോണുകളിൽ തീപടരുന്നതു പോലെ തോന്നി.

ഇരുപത് വർഷങ്ങൾ വീടിന് മുകളിലും പരിസരത്തും ഒരു പരുന്തിനെപ്പോലെ പറന്നത്. കുഴഞ്ഞ ചിറകിനു ആയം കുറയുന്നതായി തോന്നിയപ്പോഴൊക്കെ ഉള്ളു കുടഞ്ഞ് പറക്കാൻ ശ്രമിച്ചത്. വീടിന് മുകളിലേക്ക് ചുഴലി കുരുക്കി മറിച്ചിട്ട മരക്കൊമ്പിന്റെ ഓരോ ശാഖയും കൊമ്പും രാവ് പുലരും മുമ്പ് വെട്ടി മാറ്റിയത്– ഇങ്ങനെ അപ്പൻ കുറിച്ചിട്ട വാക്കുകൾ ഓരോന്നും മേരിയുടെ ഹൃദയത്തിലൂടെ ഒലിച്ചിറങ്ങി. അക്ഷരങ്ങൾ ചെറുപ്രാണികളെപ്പോലെ നാലുപാടും ചിതറി.

ജീവിതം പ്രാർത്ഥനകളാൽ എത്രയൊക്കെ സ്നാനപ്പെടുത്തിയാലും യാദൃച്ഛികതയുടെ രാത്രികളും ഞെരുക്കങ്ങളും നിരന്തരം പരീക്ഷണമായി കടന്നുവരും.

മൂന്നുവട്ടം കുന്തിരിപ്പുകയിൽ നിന്നും ആഞ്ഞ് ശ്വാസമെടുത്ത് അടുത്ത നിമിഷം കുഴഞ്ഞുവീണുമരിച്ച ഫാദർ ഗീവർഗ്ഗീസ്. ഗീവർഗ്ഗീസ് അച്ഛനോടാണ് അവസാനം തന്റെ അകമേ അലോസരമുണ്ടാക്കുംവിധം നിരന്തരം സംസാരിച്ചുകൊണ്ടിരുന്ന ഒരാളെക്കുറിച്ച് വിവരിച്ചത്. എല്ലാം കേട്ടിരുന്ന ശേഷം ഫാദർ അവ്യക്തമായി ചിലത് പറഞ്ഞു. അത് അവസാന വാക്കുകളാണെന്ന് മനസ്സിലായിരുന്നില്ല.

മഠത്തിലെത്തി മൂന്നാമത്തെയോ നാലാമത്തെയോ ദിവസം മേരി ആ കാഴ്ചകണ്ട് നിലം തല്ലി വീണു. ഒരു മരത്തിന്റെ ഏറ്റവും ഉയർന്ന ശാഖയിൽനിന്നും ഭൂമിയിലേക്ക് വീണ സ്വർണ്ണനിറമുള്ള നൂലിലൂടെ കുഞ്ഞേശു മേരിക്ക് മുമ്പിലേക്ക് വന്നിറങ്ങി.

ഇതുപോലൊരു പാതിരാ കുർബ്ബാന കഴിഞ്ഞ് വീട്ടിലേക്ക് നടക്കുമ്പോളാണ് മഠത്തിൽനിന്നും തിരിച്ചുപോകാനും ആത്മാവിനെ

വഞ്ചിച്ചുകൊണ്ട് ജീവിക്കുന്നത് മരണത്തിന്റെ ഗന്ധം പുതച്ചുറങ്ങുന്നതുപോലെയാണെന്നും നിശ്ചയിച്ചത്. അതൊക്കെ സംഭവിച്ചു കഴിഞ്ഞ കാര്യങ്ങളാണെന്നും, നേർച്ചനേരുന്നവരുടെ മനസ്സല്ല നേർച്ചക്കോഴിയുടെതെന്നും മറ്റും പറഞ്ഞ് മാത്തിലെ ജീവിതം അവസാനിപ്പിക്കാൻ യഥാർത്ഥത്തിൽ ഒപ്പംനിന്നത് ഫാദർ ഗീവർഗ്ഗീസ് തന്നെയാണ്. ഫാദർ അങ്ങനെയൊരു നില സ്വീകരിക്കുമെന്ന് സ്വപ്നത്തിൽ പോലും കരുതിയതുമില്ല. അപ്രതീക്ഷിതമായിരുന്നു ഫാദറിന്റെ ഒപ്പം ചേർന്നുനില്പ്.

ഒരുച്ചനേരത്താണ് കമുകണികൾക്കുമപ്പുറം തോട്ടുവക്കിലുള്ള പഴയബംഗ്ലാവിൽ വെച്ച് ഗീവർഗ്ഗീസ് അച്ചനെ കാണുന്നത്. ഉള്ളതൊക്കെ അതുപോലങ്ങ് പറഞ്ഞു. ഇടയ്ക്ക് കരഞ്ഞു. കിതച്ചു. അന്നവിടെനിന്നും മടങ്ങുമ്പോൾ ഫാദർ ഒരു ആട്ടിൻകുട്ടിയെ വാങ്ങാനുള്ള പണം ചുരുട്ടി കൈവെള്ളയിൽ വെച്ചുതന്നു.

വീട്ടിലേക്ക് നടക്കുമ്പോൾ മഴചാറി. അതുകൊണ്ട് മാത്രം തന്റെ കരച്ചിലും കണ്ണീരും മറ്റുള്ളവർ ശ്രദ്ധിച്ചില്ല. ചേമ്പിലക്കുട ഇടയ്ക്കിടെ മാറ്റിപ്പിടിച്ച് നടന്നതുകൊണ്ട് മറ്റുള്ളവരെക്കൊണ്ട് അതുമിതും പറയിപ്പിക്കാതിരിക്കാനും കഴിഞ്ഞു.

പെട്ടെന്ന് മരച്ചില്ല ഒടിഞ്ഞുവീണു. വീട്ടിലേക്കുള്ള വഴിയിലൂടെ ഭൂമിയിൽ തൊടാതെ ഒരാൾ നടന്നുവരുന്നത് മേരി കണ്ടു. അയാൾ തനിക്ക് മുന്നാലെ കൃത്യമായ ഒരകലത്തിൽ നടന്നുകൊണ്ടിരുന്നു. ഈ നേരത്ത് ആരാ എന്താ എന്നൊന്നും അന്വേഷിക്കാൻ നില്ക്കാതെ മേരി ഓരം ചേർന്നു നടന്ന് വീടിന്റെ വരാന്തയിലേക്ക് കയറി. വേദപുസ്തകം അരമതിലിന്റെ കോണിൽ നനയാതെ വെച്ചു. മെഴുകുതിരി കത്തിച്ചു.

വിറച്ചു വീഴുമെന്ന് തോന്നിയതോടെ മേരി അകത്തേക്ക് കയറി വാതിലടച്ചു. കരുതിവെച്ചിരുന്ന അലുവ മുറിച്ച് അതിൽനിന്ന് ഒരു പങ്ക് തിന്നാനാണ് ആ നേരത്ത് തോന്നിയത്. മേരി കത്തി തിരഞ്ഞ് അകമാകെ നടന്നു. പുറത്തേക്കുള്ള വാതിൽ തുറന്നു നോക്കുമ്പോഴുണ്ട് ഒരു വെള്ളിത്തളികയിൽ തിളങ്ങുന്ന ഒരു കത്തി. മേരി കത്തിയുമായി അകത്തേക്ക് കയറി.

അതു ഞാൻ തന്നെ

ഒടുവിൽ മറ്റൊരു പോംവഴിയുമില്ലാതെ ഒരർദ്ധരാത്രി നേരത്ത് ഞാൻ അയാളെ കൊല്ലാൻതന്നെ നിശ്ചയിച്ചു. അതിനുവേണ്ടി കൃത്യമായ സ്ഥലം സമയം എന്നിവ നിശ്ചയിക്കുകയായിരുന്നു ആദ്യം. തൊട്ടടുത്ത ദിവസംതന്നെ അതുറപ്പിച്ചു.

എന്നും അയാൾ കടന്നുപോകുന്നത് പെരുമാൾ തെരുവിലൂടെയാണ്. അതും രാവിലെ എട്ടിനും ഒൻപതിനും മദ്ധ്യേ. പിന്നീട് അയാൾ മുടക്കമില്ലാതെ കടന്നുപോകുന്നത് അതേ സ്ട്രീറ്റിലൂടെ രാത്രി എട്ടിനും ഒൻപതിനും ഇടയിൽ.

രാവിലെ കൈ വീശി ചുറ്റുവട്ടമൊന്നും ശ്രദ്ധിക്കാതെ നടന്നുപോകും. രാത്രി ഇരു കൈകളിലും കവറും സഞ്ചിയുമൊക്കെ ഉണ്ടാകും.. അയാൾ ഇറങ്ങി വരാറുള്ളത് പല കടകളിൽ നിന്നാണ്.

ഈ രണ്ടു സമയത്തിനും ചില സാദ്ധ്യതകളും പരിമിതികളുമുണ്ട്.

രാവിലെ അയാൾ അയാളുടെ വീട്ടിൽ നിന്നിറങ്ങി നടക്കുന്നത് കായികക്ഷമതയ്ക്കു വേണ്ടിയാണ്. നടപ്പിന്റെ പകുതിയിൽ പലതരം ജ്യൂസുകൾ കിട്ടുന്ന കടയിൽ പതിവായി അയാൾ കയറും. അല്ലാതെ പ്രധാന നിരത്തുവിട്ട് എവിടേക്കും പോകാറില്ല.

ഈ പ്രഭാത സവാരിക്കിടയിൽ അയാളെ പിന്തുടരുകയോ അപായപ്പെടുത്തുകയോ ചെയ്താൽ കൃത്യംകഴിഞ്ഞ് രക്ഷപ്പെടാൻ കഴിഞ്ഞെന്നു വരില്ല. പൂക്കച്ചവടക്കാർ നിറഞ്ഞ ആ തെരുവിൽനിന്നും എങ്ങോട്ടോടിയാലും പിന്തുടർന്നെത്തുന്നവർക്ക് ചുറ്റുമുള്ള കോട്ട മതിലിനുള്ളിൽ വെച്ചുതന്നെ പ്രതിയെ പിടിക്കാനാകും. ക്ഷേത്ര സുക്ഷിപ്പിനു കാവൽ നില്ക്കുന്ന തോക്കേന്തിയ സൈനികരും ഈ തെരുവിൽ പലയിടത്തുമുണ്ട്. അവരെയെല്ലാം മറികടന്ന് രക്ഷപ്പെടാനായെന്നു വരില്ല.

KPMURALIDHARAN

വീട്ടിൽ ഒറ്റയ്ക്കാണ് അയാൾ താമസം. അകത്തേക്ക് പ്രവേശിക്കാൻ മറ്റാരെയും അനുവദിച്ചിരുന്നില്ല. വീട്ടിൽ എന്തെങ്കിലും അറ്റകുറ്റപ്പണിയുണ്ടായാൽ അത് അയാൾതന്നെ പരിഹരിക്കുകയാണ് പതിവ്. അതിനു കഴിയാതെ വന്നാൽ ദൂരദേശത്തുനിന്നും ചിലർ വരും. മറ്റെന്ത് ആവശ്യത്തിന് ആരെത്തിയാലും അവരെ ഗേറ്റിൽവച്ച് സംസാരിച്ച് തിരിച്ചയക്കാൻ അയാൾ പ്രത്യേക ശ്രദ്ധവെച്ചിരുന്നു.

വിശാലമായ മുറ്റത്ത് ഒരു മാവ്. പറമ്പിന്റെ ഒത്ത നടുവിലുള്ള വലിയ വീട്ടിലേക്ക് ആ മാവ് ചാഞ്ഞുനിന്നു.

മട്ടുപ്പാവിൽ ഒറ്റയ്ക്കുലാത്തുന്ന അയാളെ ചില ദിവസങ്ങളിൽ നോക്കിനിന്നെങ്കിലും അകത്തുകയറി ദൗത്യം നിർവ്വഹിക്കാൻ കഴിഞ്ഞില്ല. കണ്ടാൽ ഭയംതോന്നുന്ന പലയിനത്തിലുള്ള നാലഞ്ച് നായകൾ ആ വീടിനുള്ളിൽ തലങ്ങും വിലങ്ങും ഓടി നടക്കുന്നുണ്ടായിരുന്നു. അവയുടെ മുന്നിൽ പെട്ടാൽ രക്ഷപ്പെടില്ലെന്നുറപ്പായിരുന്നു. അറിയാതെ അകത്തു കയറിയവർ പഴന്തുണ്ണി പരുവത്തിലായിട്ടുണ്ട്!

രാത്രിയാണ് അയാളെ കൊലപ്പെടുത്താൻ അനുയോജ്യമെന്ന് തീർച്ചപ്പെടുത്തുന്നതിനു തൊട്ടുമുമ്പുള്ള രാത്രി.

ആ രാത്രിയിൽ ഉറങ്ങാൻ കഴിയില്ലെന്നു തോന്നി. അതുകൊണ്ടാണ് സന്ധ്യയാകുംമുമ്പ് ഒരു കുപ്പി മദ്യം വാങ്ങിയത്. മടങ്ങുംവഴി ജീവനുള്ള ഒരു താറാവിനെയും വാങ്ങി. റോസ്റ്റായി മേശമേലിരിക്കുന്ന താറാവിനെ സങ്കല്പിക്കാതിരിക്കാൻ മനഃപൂർവ്വം ശ്രമിച്ചു. അതിന്റെ കരച്ചിൽ ഒരുതരം സുഖം പകർന്നു.

ഇവിടെ നിന്നാൽ അയാളുടെ വീട് വ്യക്തമായി കാണാം.

മുകൾനിലയിലെ മുറിയിൽ വെളിച്ചമുണ്ട്. ഇന്നൊരു ദിവസംകൂടി മാത്രമേ അയാൾക്ക് നക്ഷത്രങ്ങളെ നോക്കിനില്ക്കാനും പക്ഷികളെ പിടിച്ച് കണ്ണാടിക്കൂട്ടിലിട്ട് കണ്ടുരസിക്കാനും കഴിയൂ. ഒരു പക്ഷേ, ഇന്നത്തേത് അയാളുടെ അവസാനത്തെ അത്താഴമാകും. നാളെ ഈ നേരത്ത് ഈ തെരുവിലെ പൂക്കച്ചവടക്കാരും മറ്റുള്ളവരും അയാളുടെ അപമൃത്യുവിനെക്കുറിച്ചാവും സംസാരിക്കുക.

അൽപശി ഉത്സവത്തിന്റെ രാത്രിയാണ് അയാളെ കൊലപ്പെടുത്താൻ ഏറ്റവും യോജിച്ചതെന്ന് പിന്നീട് തോന്നി. മൂന്നാം ദിവസമായിരുന്നു അത്. അത്രയും സമയം അയാൾ രക്തംവാർന്നു കിടന്ന് പിടയ്ക്കുന്നതും ഒടുവിൽ നിശ്ചലമാകുന്ന ശവത്തിൽ ആദ്യമായി ഒരു മണിയനീച്ച വന്നിരിക്കുന്നതുമൊക്കെ ഞാൻ മനസ്സിൽ കണ്ടു.

അതുവരെയുള്ള സമയത്തെ മറികടക്കുന്നത് എങ്ങനെയെന്ന ആധി ചെറുതായിരുന്നില്ല. അതു വിട്ടുമാറാതെ തുടർന്നു. പകുതിയായ മദ്യകുപ്പിയും തുറക്കാത്ത പല മുന്തിയ വൈനും അലമാരയിലിരുന്ന് തുറിച്ചു നോക്കി.

എന്തുകൊണ്ടാണ് അയാൾ കൊല്ലപ്പെടേണ്ടത്?

പലതവണ ആലോചിച്ചു. ഒരാളുടെ ജീവനെടുക്കാൻ തീരുമാനി

ക്കുമ്പോൾ ആദ്യം സ്വയം ചോദിക്കുകയും ഉത്തരം കണ്ടെത്തുകയും ചെയ്യേണ്ട ചോദ്യമാണത്.

ഓരോ ദിവസവും ഉണരുന്നതുമുതൽ ഉറങ്ങുന്നതുവരെ അയാൾ എന്നെ അസ്വസ്ഥ ചിത്തനാക്കി. ഞാനത് ചെയ്തില്ലെങ്കിൽ ഇഞ്ചിഞ്ചായി അയാൾ എന്നെ കൊല്ലുമെന്നുറപ്പായിരുന്നു. എന്താണ് അയാൾക്ക് എന്നോട് ശത്രുത തോന്നാൻ കാരണമെന്ന് എത്രയാവർത്തി ആലോചിച്ചെങ്കിലും ഒരെത്തുംപിടിയും കിട്ടിയില്ല. അത് എന്റെയുള്ളിൽ ചുഴലിപ്പെരുക്കമുണ്ടാക്കി.

അയാളെക്കുറിച്ച് കോട്ട വാതിലിനകത്തോ പുറത്തോ അധികമൊന്നും അറിയാമായിരുന്നില്ല.

എവിടെ നിന്നാണ് അയാളുടെ വരവ്, എന്താണ് അയാളുടെ ജോലി ഇതൊന്നും ആർക്കും മനസ്സിലായില്ല. ഏറെക്കാലമായി അടഞ്ഞുകിടക്കുന്ന ആ വീട് ആരുടെതാണെന്ന് പലർക്കുമറിയാം. ഉടമ വിദേശത്താണെന്നും. അയാളെ ബന്ധപ്പെടാനുള്ള ഫോൺ നമ്പരോ മേൽവിലാസമോ ആരുടെയും കൈവശമുണ്ടായിരുന്നില്ല.

പെട്ടെന്നൊരു ദിവസം ചിലർ വന്ന് ആ വീടിന്റെ ഗേറ്റ് തുറന്ന് അകത്തു കയറി. പിന്നെ വിശാലമായ പറമ്പും വലിയ വീടും വൃത്തിയാക്കാൻ തുടങ്ങി. പുതിയ താമസത്തിനാവശ്യമായവയൊക്കെ വന്നിറങ്ങുന്നതു കണ്ട ചിലർ ആരാണ് ഈ വീട്ടിൽ താമസത്തിനെത്തുന്നതെന്ന് ചോദിച്ചത് ഭയാശങ്കകൾ കൊണ്ടാണ്. ആ വീട്ടിൽ കഴിഞ്ഞ ഇരുപത്തഞ്ചു വർഷത്തിനിടയിൽ താമസിച്ചവരെല്ലാം അപായകരമായ അനുഭവങ്ങളിലൂടെ കടന്നുപോയവരാണ്. മൂന്നുപേർ അപമൃത്യുവിന് ഇരയായവരും.

അയാൾ ആരോടും അധികം സംസാരിച്ചില്ല. എന്തെങ്കിലും അങ്ങോട്ടു ചോദിക്കാൻ അവസരം നല്കിയതുമില്ല. രാവിലെയും വൈകിട്ടും അയാൾ ഒറ്റയ്ക്കു നടന്നുപോയപ്പോൾ ചിലർ പരസ്പരം ചോദിച്ചു:

'എന്തിനാണ് ഈ മനുഷ്യൻ ഒറ്റയ്ക്കിങ്ങനെ താമസിക്കുന്നതെ'ന്ന്. ആ സംശയം അയാളോടു ചോദിക്കാൻ ആരും കൂട്ടാക്കിയില്ല.

അയാളുടെ ജീവിതചര്യകളെക്കുറിച്ചും കൗതുകങ്ങളെക്കുറിച്ചും നിറംപിടിപ്പിച്ചു പറയുന്ന ചിലരുണ്ടായിരുന്നു. അവരിൽ ചിലരോട് സംസാരിച്ചപ്പോൾ ജിജ്ഞാസസൃഷ്ടിക്കുന്ന ചിലതൊക്കെ കേൾക്കാനിടയായി. അയാൾ കളിമണ്ണ് കുഴച്ച് സ്വന്തം രൂപമുണ്ടാക്കുകയും പിന്നീടത് ഉടച്ചു നിരത്തുകയുംചെയ്തു. പിന്നീട് വിശ്വസിക്കാൻ പ്രയാസമുള്ള പലതും കേൾക്കാനായി.

ഏറ്റവും ഭയാനകമായി കേട്ടത് മറ്റൊന്നാണ്. ആ വീടിന്റെ വിശാലമായൊരു മുറിയിൽ ഒരു അസ്തികൂടം അയാൾ സൂക്ഷിച്ചിട്ടുണ്ടെന്നു പറഞ്ഞത് മുരുകനാണ്. രാത്രിയെന്നോ പകലെന്നോ ഇല്ലാതെ പെരുമാൾ തെരുവിലൂടെ അലഞ്ഞുനടക്കാറുള്ള മുരുകൻ ഒരു രാത്രിയിൽ അയാളുടെ വീട്ടിന്റെ മതിൽ ചാടിക്കടന്നു. ഇരുട്ടു മൂടിക്കിടന്ന ആ മുറ്റത്തുകൂടി

മുരുകൻ വീട്ടിനുള്ളിലേക്ക് കയറി. മുൻവാതിൽ തുറന്നുകിടന്നിരുന്നു.

മുരുകന്റെ കാഴ്ച പെട്ടെന്ന് തെരുവുപാട്ടായി. പലതരത്തിലുള്ള വ്യാഖ്യാനങ്ങൾ അടക്കത്തിൽ പറഞ്ഞവർ. അയാളുടെ വീട്ടിനുള്ളിൽ നിന്നും ചില രാത്രികളിൽ സ്ത്രീകളുടെ സംഭാഷണം കേട്ടതായി ചിലർ രഹസ്യം പറഞ്ഞു. മറ്റുചിലർ നിലവിളി കേട്ടതായും ആടിന്റെ കൊല ക്കരച്ചിൽ പാതിരാവിൽ ഉയർന്നുകേട്ടിട്ടുള്ളതായും.

മഫ്ടിയിൽ വന്ന പോലീസുകാർ നല്കിയ വിവരത്തിനു പിന്നാലെ വലിയ അന്വേഷണസംഘമെത്തി. അവർ അയാളുടെ വീടിന്റെ ഗേറ്റിൽ വാഹനം നിർത്തി ഹോണടിച്ചു. ആരും അകത്തുനിന്ന് വാതിൽ തുറന്നില്ല. ഉദ്വേഗത്തിന്റെ ഉച്ചയിലേക്ക് പ്രവേശിച്ച ജനങ്ങളും ക്യാമറാക്കണ്ണുകളും മിഴിതുറന്നു നിന്നു.

കേട്ടതൊക്കെ ശരിയാണെങ്കിൽ അകത്ത് പ്രവേശിക്കുന്ന പോലീസ് സംഘം അയാളെ അറസ്റ്റുചെയ്ത് പുറത്തേക്ക് കൊണ്ടുവരുന്ന കാഴ്ച കാണാനാകും. അങ്ങനെ സംഭവിച്ചാൽ കണ്ണുകൾക്കും ക്യാമറാ ക്കണ്ണുകൾക്കും മുന്നിലൂടെ അയാൾ വിലങ്ങിൽ നടന്നുപോകുന്നതു കാണാം.

ഗേറ്റിന്റെ താഴ് തകർത്തത് മുരുകന്റെ ചുറ്റികയാണ്. ചെറിയൊരു പ്രത്യാക്രമണമുണ്ടായാൽ അത് നേരിടാനുള്ള സന്നാഹമൊക്കെ പോലീസ് കരുതിയിരുന്നതാണ്. പക്ഷേ, ഒരു ചുറ്റിക കരുതാൻ മറന്നു!

യാതൊന്നിനെക്കുറിച്ചൊന്നും വേവലാതിയില്ലാതെ അതുവഴി വന്നതാണ് മുരുകൻ. ഷൂട്ടുചെയ്ത് പൂട്ട് പൊട്ടിക്കാം എന്ന പോലീസ് മേധാവിയുടെ നിർദ്ദേശം നടപ്പിലാക്കാൻ പോകുമ്പോഴാണ് ചുറ്റിക യെടുത്ത് മുരുകൻ താഴ് തല്ലിത്തകർത്തത്. അത്രനേരവും അകത്ത് ചാടിക്കടന്ന രണ്ട് പോലീസുകാരുടെ ഭയവെപ്രാളം ചെറുതായിരുന്നില്ല.

അന്വേഷണത്തിനു കയറിയ പോലീസുകാർ വെറും കയ്യോടെ മടങ്ങിവന്നു. അകത്ത് അസ്തികൂടമോ അനുബന്ധ ദുരൂഹതകളോ അവർക്ക് കാണാൻ കഴിഞ്ഞില്ല.

വൃത്തിയും വെടിപ്പുമുള്ള വിശാലമായ മുറികളിൽ നിറയെ കത്തിച്ചു വെച്ച ചന്ദനത്തിരിയും സുഗന്ധപ്പുകകളും മാത്രമാണുണ്ടായിരുന്നത്.

തുടർന്നുള്ള പല ദിവസങ്ങളിൽ പല കാരണങ്ങളാൽ എന്റെ ശ്രമം മാറ്റിവെച്ചു. രണ്ടു തവണ അയാളുടെ വീടിന്റെ മതിലിനുള്ളിൽ കയറിയ എനിക്ക് സമനില വീണ്ടെടുക്കാനാവാതെ തിരിച്ചുപോരേണ്ടി വന്നു.

ചിലത് സംഭവിക്കേണ്ട സമയത്ത് സംഭവിക്കും. അതെങ്ങനെ യെന്നൊക്കെ സംഭവശേഷമേ നമുക്ക് മനസ്സിലാകൂ.

ഇവിടെ ഈ തെരുവിൽ സംഭവിച്ച അരുംകൊലയെക്കുറിച്ച് കോടതിവിധി വന്നു.

അതേക്കുറിച്ചുള്ള പത്രവാർത്തയിലൂടെ കടന്നുപോയ വൈശാഖി യുടെ കണ്ണുകൾ കലങ്ങി. നെഞ്ചിടിപ്പുകൂടി.

അച്ഛൻ എന്തിനുവേണ്ടിയാണ് ഇങ്ങനെ അവിശ്വസനീയമായ ഒരു

കഥ മെനഞ്ഞുണ്ടാക്കിയതെന്ന് അവൾക്ക് മനസ്സിലായില്ല. എല്ലാവരോടും കലഹിച്ച് ഒറ്റപ്പെട്ട ഒരു വീട്ടിൽവന്ന് താമസിക്കുക. ഒടുവിൽ രാജമുദ്രയുടെ തുരുമ്പിച്ച ഒരു പടവാൾകൊണ്ട് സ്വയം വെട്ടിമരിക്കുക. അത്രനാളും കൊല്ലാൻ കാത്തിരുന്ന ശത്രുവിൽ സ്വന്തം മുഖഛായ കണ്ട അച്ഛൻ വെട്ടിയത് കണ്ണാടിക്കാഴ്ചയിലെ സ്വന്തം കഴുത്തിൽ.

കോടതിയിൽ നിന്നും വൈശാഖി ഇറങ്ങിവന്നു. മരിച്ചതും കൊന്നതും ഒരേ ആൾ. അമർത്തിപ്പിടിച്ച സംഭാഷണം പലയിടങ്ങളിൽ

പെരുമാൾ തെരുവിലൂടെ വൈശാഖി നടന്നു. അവളെ ആരും തിരിച്ചറിഞ്ഞില്ല.

www.ingramcontent.com/pod-product-compliance
Lightning Source LLC
LaVergne TN
LVHW060144051026
849517LV00007B/2556
* 9 7 8 9 3 9 3 4 6 8 3 9 0 *